JAFFNA HISTORY

JAFFNA HISTORY

BY

A. MOOTOOTAMBY PILLAY

GYAN

Published by

Gyan Publishing House
5, Ansari Road
Daryaganj, New Delhi-110002
Phone: 011-47034999, 9811692060
E-mail: books@gyanbooks.com

Distribution Network
gyanbooks.com
India, USA, Canada, UK, Australia, France

ISBN : 978-81-212-3635-5 (PB)
First Published, 1915

2nd Impression 2020

Printed at: Gyan Press, Delhi.

Jaffna History
Author: A. Mootootamby Pillay

JAFFNA HISTORY.

BY

A. MOOTOOTAMBY PILLAY.

யாழ்ப்பாணச்சரித்திரம்.

ஆ. முத்துத்தம்பிப்பிள்ளை

செய்தது.

இரண்டாம் பதிப்பு.

THE NAVALAR PRESS, JAFFNA.

1915.

முதற்பதிப்பு

முகவுரை.

யாழ்ப்பாணத்திலேயுள்ளார்க்கு, யாழ்ப்பாணத்தினது பூர்வோத்தர சரித்திரத்தையறிவது, அவசியமும் ஆனந்தமுமாம். யாழ்ப்பாணத்தைப் பூகோளபடத்திலே நோக்கும்போது அது கடுகுப்பிரமாணமாய்த் தோன்றினும், அதன் சரித்திரத்தை நோக்கும்போது, பெரிய தேசங்களின் சரித்திரங்களோடு வைத்து நோக்கத்தக்க பெருமையுடையதாயிருக்கின்றது. யாழ்ப்பாணஞ் சிறிதேயாயினும் அதிலிருந்தரசியற்றிய சிலவரசர், தமது பராக்கிரமத்தினாலே இலங்கைமுழுதையுங் கட்டியாண்டதோடு, பாண்டிநாடு சோழநாடுகளையும் ஒவ்வோரமையங்களில் வெற்றிகொண்டிருக்கின்றார்கள் என்றால், அதன் சரித்திரப்பெருமை கூறவும் வேண்டுமோ. 1505 ல் இலங்கைக்கு வந்த பறங்கிக்காரர் இலங்கையில் அநேகநாடுகளைச் சிங்களவரசர்பாற் கவர்ந்தபின்னரும் நூறுவருஷஞ்சென்றே யாழ்ப்பாணத்தைப் பிடித்தார்கள். அவர்கள் மூன்றுமுறை போர்தொடுத்தும் நிருவகிக்கவியலாது தோற்றோடினார்கள் என்பர். சமாதானமாகி யாழ்ப்பாணத்தரசன்பாற் போர்ச்செலவு பெற்றுக்கொண்டு மீண்டனரென்பது பறங்கிச்சரித்திரகாரர் கூற்று. எப்படியாயினும் யாழ்ப்பாணத்தரசர் தமது நாட்டைப் பறங்கிக்காரர் காலத்திலுங் கைவிடாது நூறுவருஷம் ஆண்டார்களென்பதுண்மை. பறங்கிக்காரரோடு பொருது நிருவகிக்கவாற்றாத சிங்களவரசர் சிலர், யாழ்ப்பாணத்தரசரிடம் அடைக்கலம்புகுந்தார்கள் என்பது இலங்கைச் சரித்திரத்தாற் றுணியக்கிடத்தலின், பறங்கிக்காரர் காலத்தும் யாழ்ப்பாணம் வலிய அரசுடையதாயிருந்ததென்பது திண்ணம்.

இத்துணைச்சிறந்த யாழ்ப்பாணவரசு இற்றைக்கு இரண்டாயிரம் வருஷத்துக்குமுன்னர் (161 B. C.) அரசுசெய்த ஏலேலன் காலத்திலே தொடங்கியது. இடையிடையே அர

சின்றிச் சிலகாலமும், வழிவழியரசோடு நெடுங்காலமும், பின்னருமிடையிடையே சிங்களவரசு சிலகாலமும், பின்னரும் தமிழரசு வழிமுறையாகச் சிலகாலமுமாக 1700 வருஷம் சுவதேசவரசு நடந்தது. அதன்மேற் பறங்கியரசு 40 வருஷமும், ஒல்லாந்தவரசு 150 வருஷமும் நடந்தொழிய, 1796ல் ஆங்கிலவரசுவந்து நடக்கின்றது. இப்படியே யாழ்ப்பாணம் ஏறக்குறைய 2000 வருஷ சரித்திரமுடையது.

யாழ்ப்பாணப் பூர்வசரித்திரத்துக்கு ஆதார நூல்களாயிப்போதுள்ளன வைபவமாலையும் கைலாசமாலையுமே. அவையுஞ் சொரூபந்திரிந்துவிட்டனவாய்த் தோன்றுகின்றன. பறங்கிக்காரர் காலமுதலாகப் பிற்காலத்துச் சரித்திரம் பறங்கிக்காராராலும் ஒல்லாந்தராலும், ஆங்கிலேயர்காலத்துச் சரித்திரம் ஆங்கிலேயராலுமெழுதப்பட்டிருக்கின்றன. பறங்கிக்காரரும் ஒல்லாந்தரும் தமது கொடுங்கோன்மையைக் குறைத்துந் திரித்தும் எழுதியிருப்பதால் அது முழுதும் உண்மையெனக் கொள்ளப்போகாது. வைபவமாலைக்கு முன்னே வையைபாடலென ஒரு சரித்திரமிருந்தது. அஃதகப்படவில்லை. கர்ணபாரம்பரிய கதையும் இக்காலத்தார்க்கு விநோதம் பயவாமையால் கேட்பாருமில்லை. சொல்வாருஞ் சுருங்கினர். மருதங்கடவெலியிலே P. W. D. கிளாக்காயிருந்த ம. ா. ா. ஸ்ரீ. அம்பலவாணர் கெக்கரியாக் கிராமத்திலே ஒரு சிங்களவீட்டிலிருந்து தாம் பெற்ற கடலோட்டுக்காதைப்பிரதியைச் சிலகாலத்துக்கு முன்னே எனக்கு உபகரித்தனர். அதிலிருந்தகப்பட்ட செய்யுளே யாழ்ப்பாடி பரிசுபெற்ற காலத்தை நிரூபித்தது. அதுவுமன்றி இன்னும் அநேகவிஷயங்கள் யாழ்ப்பாணச் சரித்திரத்திற்கு இன்றியமையாதனவாயகப்பட்டன. இதற்குமுன், யான் சென்னையில் வசித்தகாலத்திலே 1887ம் ஷ காஞ்சீபுரத்திலே ஸ்ரீமத் மாசிலாமணி தேசிகரிடத்திலே யாழ்ப்பாணத்தைப்பற்றிய சில குறிப்புகளுள்ள ஓரேடிருப்பதாகக் கேள்விப்பட்டு அங்கே சென்றேன். அவர் அதனைக் காட்டுதற்கு ரூபா ஐம்பது கேட்டார். அது பெருந்தொகையென விடுத்து இரண்டு வருஷத்தின்பின்னர் அவர் வீட்டுக்கு மீண்டுஞ் சென்றேன். அவ்வமையம் பணச்செலவின்றி அவ்வேட்டுப் பிரதியை ஆரா

யவாய்த்தது. அஃதொரு புரோகிதக் குறிப்பு. அதனோடு இருபத்தேழு ஏடுகளிருந்தன. எல்லாம் ஒரு பழைய பிராமணப் புரோகித குடும்பத்துக் குறிப்பேடுகள். ஆராய்ந்தவிடத்தகப் பட்ட விஷயங்களையெல்லாம் மூன்றுநாளிற் குறித்துக்கொண்டு மீண்டேன். அக்குறிப்புக்களே இந்நூலுக்குப் பெரிதும் உபகாரமாயின.

அச்சங்குளம் உடையார் ம. ா. ா. ஸ்ரீ. மணியரத்தினம் ஓரேட்டுப்பிரதியனுப்பினர். அதிலும் சாதிவரிசையைப்பற்றி அநேகவிஷயங்கள் அகப்பட்டன. ஸ்ரீமத். விசுவநாதசாஸ்திரியார் எழுதிவைத்த பலகுறிப்புத் திரட்டொன்றகப்பட்டது. அதிலும் சில அரியகுறிப்புக்களகப்பட்டன. கர்ணபாரம்பரிய சரித்திரங்களும் வட்டுக்கோட்டை ஸ்ரீமத். நா. சிவசுப்பிரமணியசிவாசாரியரிடத்தும், மகாவித்துவான் ஆறுமுக உபாத்தியாயரிடத்தும், கத்தோலிக்க பாதுகாவலப் பத்திராதிபர் ம. ா. ா. ஸ்ரீ. தம்புப்பிள்ளையிடத்தும் சில கேட்கப்பட்டன. இவற்றோடு, Boake's Mannar, Ribeiro's Ceilao, Obeyesekere's Ceylon History, * Captain H. Suckling's Ceylon, Brito's Jaffna History, Sketches of Ceylon History by P. Arunachalam முதலிய நூல்களும் அகப்பட்டன. அவைகளும் இச்சரித்திரத்திற்குதவியாயின.

நூலியற்றுமருமை நூலியற்றினோரேயறிவர். இந்நூலையாத்துக்கொண்ட கஷ்டம் எனக்கே தெரியும். நூலிற்குற்றந் தெரித்தலோ எளிது. குற்றந்தெரிக்கப்படாத நூலுமோ இல்லையென்னலாம். யான் அறிந்தவரையிலும் எனக்கெட்டியவரையிலும் எனக்கியன்றவரையிலும் இந்நூலை ஆராய்ந்தே செய்தேன். இதிற் கூறப்பட்டனவெல்லாம் நூலாதாரமும் கன்னபரம்பரை யாதாரமும் எனதறிவாதாரமுமுடையன. யாழ்ப்பாணச்சரித்திரமொன்றியற்றவேண்டுமென நெடுநாட்கொண்டகாதலால் அதுசம்பந்தமாக எனதாராய்ச்சியிற் பட்டனவற்றையெல்லாஞ் சேர்த்து நூலாக்கினேன். குற்றம்போக்கிக்கொள்ளத்தக்கனவற்றை உலகம் கொள்ளுக.

---

* இது Rev. Father S. ஞானப்பிரகாசர் O. M. I. அவர்கள் தந்தது.

இந்நூலை அச்சிட்டு வெளிவிடும்பொருட்டு வலிந்து ரூபா ஐஞ்ஞூறு உபகரித்தவர் சிங்கப்பூர்ப்பகுதியிலே குவாலாலம்பூரிலே கோட்டுத் துவிபாஷகராயிருக்கும் ஸ்ரீமான். கா. தம்பாபிள்ளையவர்கள். இவருடைய ஜனனவூர் தமிழரசர்காலத்திலே பிரதமமந்திரிக்கு வாசஸ்தானமாயிருந்த யாழ்ப்பாணம் திருநெல்வேலி. இவர் ஒல்லாந்தர்காலத்திலே தோம்பதிகாரமாயிருந்த பழங்குடி வேளாண்டலைவர் ராமநாதபிள்ளைவழித்தோன்றல். இவர் இந்துக்கல்லூரி மூலநிதிக்கு ரூபா ஆயிரம் வழங்கிய பரோபகாரி. வித்தியாபிவிருத்தியிலே பேரபிமானமுடையவர். இவருடைய வித்தியாபிமான சின்னமாக இந்நூலை அவர்க்குச் சமர்ப்பித்துப் பிரகடனஞ்செய்கின்றேன். இவருடைய வண்மைக்கிணையும் கைமாறுங் காண்கின்றிலேன்.

இந்நூலிலேயுள்ள சித்திரப்படங்களெல்லாம் மானிப்பாய்த் தொல்குடித்தீபமாகிய ம. ா. ா. ஸ்ரீ. சு. கனகரத்தினம் (Mr, S. K. Lawton) அவர்கள் அமைத்தன. இவருக்கும் பிரதிகள் தந்துதவினோர்க்கும் எனதிதயபூர்வகமான நன்றி கூறுகின்றேன்.

யாழ்ப்பாணம்,
நாவலர்கோட்டம்,
22-7-1912.

ஆ. முத்துத்தம்பிப்பிள்ளை.

இரண்டாம்பதிப்பு
முகவுரை.

முதற்பதிப்புப் பிரதிகள், விலையேற்றமாயிருந்தும் விரைவில் விலையாயினவாயினும் அநேகர்க் கெட்டாதுபோயின. யாவரும் வாங்கி வாசித்து ஆநந்திக்குமாறு இது சிறுவிலைப்பதிப்பாகச் செய்யப்பட்டது. இப்பதிப்பில் அநேக விஷயங்கள் புதியனவாகச் சேர்க்கப்பட்டன.

யாழ்ப்பாணம்,
நாவலர்கோட்டம்,
6-8-1915.

ஆ. முத்துத்தம்பிப்பிள்ளை.

பழைய
யாழ்ப்பாணச்சரித்திர நூல்கள்.

---*---

வைபவமாலை—இஃது ஒல்லாந்தர் காலத்திலேயிருந்த மயில்வாகனப்புலவரால் வசனநடையிலே செய்யப்பட்டது. இதனைச் செய்வித்தோன் மேக்கறூன் என்னும் ஒல்லாந்த தேசாதிபதி.

கைலாயமாலை—இதுசெய்தவர் முத்துராசகவி. இது பத்தியரூபம். சொன்னயம் பொருணயமுடையது. இஃது ஆறுமுகநாவலரவர்கள் தமையனார் புத்திரர் ஸ்ரீமத். த. கைலாயபிள்ளையவர்களால் அச்சிடப்பட்டது. இது மிகப்பழையநூல்.

பரராசசேகரனுலா—இதுவும் ஒருபழைய பத்திய ரூபமான நூல். செய்தார்பெயர் நிச்சயமாகத் தெரியவில்லை. மனப்புலிமுதலியார் செய்ததென்பர். இஃது அகப்படவில்லை.

இராசமுறை—இது பறங்கிக்காரர் காலத்துக்குச் சிறிது முந்திச் செய்யப்பட்டது. செய்தார் யாரெனத் தெரியவில்லை. இதுவும் அகப்படவில்லை.

வையைபாடல்—பரராசசேகரன் காலத்திலே யுள்ளதென்பர். செய்தவர் வையாபுரிஐயர். இதுவும் சிலசெய்யுள்தவிர அகப்படவில்லை.

பின்னையநான்கும் பழையநூலென்பது மேல்வருஞ்செய்யுளாலறியப்படும்.

உரராசர்தொழுகழன்மேக்கெறூஉனென்றோது
    முலாந்தேசமன்னனுரைத்தமிழாற்கேட்க
வரராசகைலாயமாலைதொன்னூல்
    வரம்புகண்டகவிஞர்பிரான்வையாபாடல்
பரராசசேகரன்றன்னுலாவுங்காலப்
    படிவழுவாதுற்றனசம்பவங்கடீட்டுந்
திராசமுறைகளுந்தேர்ந்தியாழ்ப்பாணத்தின்
    செய்திமயில்வாகனவேள்செப்பினனே.

யாழ்ப்பாணச்சரித்திரம்.

யாழ்ப்பாணம். அது யாழில் வல்ல ஒருபாண னுக்குப் பரிசாகக் கொடுக்கப்பட்டமையின் யாழ்ப் பாணமெனப்படுவதாயிற்று. பெயரும் பெயர்க் காரண மும்.

மணற்றி * என்பது அதன் பூர்வநாமம். அது பின்னுளில் மணற்றிடல் எனவும் வழங்கிற்று. இம் மணற்றி என்னும் பெயர் இறையனுர்அகப்பொருள் உதாரணச்செய்யுட்களில் வருகின்றது. பூர்வ நா மம்.

அதன் வடகடும் கிழக்கும் வங்காளக்குடாக் கடலும், தெற்குப் பூநகரிக்கடல், பண்ணைக்கடல்க ளும், மேற்குக் கோடிக்குடாக்கடலும் எல்லையாம். எல்லை.

அஃது இலங்கையின் வடபாகத்தேயுள்ள ஒரு துவீபகற்பம். அதன் அயலிலே காரைதீவு, வேல ணைத்தீவு, புன்குடித்தீவு, அனலைதீவு, நயினுதீவு, நெடுந்தீவு முதலிய தீவுகளுமுண்டு. இவைகளெல் லாம் யாழ்ப்பாணத்தைச் சேர்ந்தனவேயாம்.

பூர்வத்தில் இந்நாடு ஒரு சிறந்த நாடாயிருந்து பின்னர்க் கடல்கொள்ளப்பட்டது. அதன்பின்னர் அது திடராகி மணல்கொண்டு காலவடைவில் மீண் டும்நாடாயிற்று. முன்னெருகாற் கடல்கொண்டழிந் ததென்பது இந்நிலத்தின் கீழேயுள்ள கற்பாறைகளி லே சிப்பிகளும் நத்தைகளும் பதிந்து கல்லாய்க்கிட த்தலாலும், வடகரையிலே கடலினுள் நெடுந்தூரம் கற்பாறைகள் காணப்படுதலாலும் துணியப்படும். இதற்கு ஆதாரப்பார் கருங்கற்பாறை. (Boake's Mannar.) நில வியல்பு.

---

* மணற்றி என்பது "மாந்தையொடு மணற்றிகொண்ட வல்விசயன் றனக்குமனே வகுத்தலாலே." என்னுஞ் சாதிமா லைப்பாட்டாலும் வருகின்றது.

பழைய மலை. *கீரிமலை.* *பூர்வ சிவாலயம்.*

வங்காளக்குடாக்கடல் இடைவிடாது யாழ்ப்பாணத்தின் வடகரையைத் தாக்கிக்கொண்டிருத்தலால் அக்கரை உயர்ந்து எதிர்தாக்கிக்கொண்டிருக்கின்றது. முன்னொருகாலத்திலே யாழ்ப்பாணத்தின் வடகரைமுழுதும் மலைத்தொடராயிருந்து பின் கடலாற்ருக்குண்டு அழிந்துபோக, எஞ்சியுள்ள அதன் அடிவாரமே இப்போது கீரிமலையெனப்படுவதென்று கூறுவர். அம்மேட்டுநிலத்திற் சுவறிய மழைநீர், நன்னீரருவியாகிப், பள்ளமாகிய கடற்கரையிற் பலவிடங்களிலே சுரந்தோடுகின்றது. இவ்வருவியில் ஸ்நானஞ்செய்த ஒருமுனிவர் தமது கீரிமுகநோய் நீங்கப்பெற்றமையால் இவ்விடம் கீரிமலையெனப்பட்டது. இந்த அருவிகளிலே ஸ்நானஞ்செய்வோர் அநேக நோய்கள் தீரப்பெற்றுத் திடகாத்திரம் பெறுகின்ருர்கள். கீரிமலையிலிருந்த பூர்வசிவாலயமும் அம்மலையோடு கடல்வாய்ப்பட்டது.

நில வளம். *கடல் வளம்.*

சிலபாகம் மணற்பாங்காகவும், சிலபாகம் களிப்பாங்காகவும், சில்பாகம் செம்மண்பாங்காகவும், சிலபாகம் சொரிகற்பாறையாகவும் உள்ளது. இங்கே ஐந்துமுதல் இருபது முழம்வரையும் ஆழமாகத் தோண்டப்பட்ட கிணறுகளிலேநன்னீருண்டு. மழை ஆவணிமுதல் மார்கழிவரையும் காலமழையாகவும், பங்குனி சித்திரையிலே அகாலமழையாகவும் பெய்யும். காலமழைக்காலத்திலே நெல் வரகுகளும், மற்றக்காலங்களிலே தினை குரக்கன் முதலிய தானியங்களும் விளைவிக்கப்படும். வாழை, கமுகு, கிழங்கு, காய்கனி, புகையிலை முதலியவைகள் தோட்டங்களிலே கிணற்றுநீரால் வளர்க்கப்படும். மணற்பாங்கிலே தென்னந்தோப்புக்களும், மற்றவிடங்களிலே பனந்தோப்புக்களும் வளர்க்கப்படும். கடலிலே சங்கும், மற்றெத்தேயத்திலும் அரிதாகிய வலம்புரிச்சங்கும், தெளிந்துருண்டு பிரகாசந்தரும் முத்தும் குளிக்கப்படும்.

இலங்கை ஈழமேயாயினும் வடபாகமும் கீழ்பாகத்திலொருபகுதியும் ஈழமண்டலமெனப்படும். யாழ்ப்பாணம் ஈழமண்டலத்திலொருபகுதியாம். சேர சோழ பாண்டி மண்டலங்களோடு ஈழமண்டலமுமொன்றாகும். சேர சோழ பாண்டி மண்டலங்களினின்றுமே சனங்கள் ஈழமண்டலத்திற் குடியேறுவாராயினர். இவர்கள் குடியேறுமுன் இவ்வீழமண்டலத்தைக் கைக்கொண்டிருந்தவர்கள் நாகர்கள். சங்கப்புலவருளொருவராயிருந்த முடிநாகராயரும் இந்நாகர்குலத்தவரே என்பர். அவர்கள் ஒருஜாதி மனுஷர். அவர்களைவென்று ஈழநாட்டைக் கைக்கொண்டவர்கள்,சேர சோழ பாண்டிமண்டலங்களென்னுந் தமிழ்நாட்டிலிருந்து வந்த தமிழர். அவர்கள் தமக்கு இராசதானியாய்க் கொண்டிருந்த நகரம் மாதோட்டம். அவர்கள் குடிகொண்ட மற்றொரு நகரம் திரிகோணமலை. மாதோட்டத்திலேயுள்ள திருக்கேதீச்சரம் என்னும் சிவாலயமும், திரிகோணமலையிலுள்ள சிவாலயமும் பண்டுதொட்டு இவர்களாற் பரிபாலிக்கப்பட்டு வந்தன. இச்சிவாலயங்களும் சங்கும் முத்துமே தமிழரை அவ்விடத்துக் குடிகொள்ளுமாறு கவர்ந்த காரணங்களாம்.

ஈழமண்டலம்.

நாகர்கள்.

தமிழ்க்குடிகள்.

மாதோட்டம் முன்னொருகாலத்திலே மிகச்சிறந்த செல்வநகரமாயிருந்தது. ரோமர் கிரேக்கர் எனப்படும்யவனர், தம்மரக்கலங்களோடு இங்கே வந்து, தந்தம் முத்து இலவங்கமுதலியன பண்டமாற்றிச் செல்வாராயினர் என்றால் மாதோட்டத்தின் பெருமை கூறுவதென்னை. அது சிற்பத்தில் வல்லதபதிகளுக்கும் உறைவிடமாயிருந்தது. இங்கே காந்தக்கோட்டையும் ஒன்றிருந்ததாகக் கூறுவர். பின்னளில் ஏலேலனுமிங்கே ஒரு கோட்டை கட்டினன். மாதோட்டத்திற்குத் தெற்கேயுள்ள குதிரைமலையும் மணிபுரமும் தமிழ்ச்சிற்றரசரால் ஆளப்பட்டுவந்தன.

மாதோட்டம்.

தமிழரசு

மாதோட்டத்திலிருந்த சிற்றரசர்கள், ஒருகாற் பாண்டியருக்கும் ஒருகாற் சோழருக்கும் மாறிமாறி

த்திறையரசர்களாயிருந்தார்கள். சிலகாலங்களிலே
பாண்டியரும், சோழரும் அதனைநேரேகைக்கொண்
டும் அரசுசெய்துவந்தார்கள். விஜயன் இலங்கைக்கு
அரசனாதற்குமுன் பன்னெடுங்காலமாக ஈழநாட்டை
தமிழரசு. த்தமிழரே * ஆண்டுவந்தார்கள். கிலமாயிருந்த திரு
க்கேதீச்சரத்தை விஜயன் புதுக்குவித்தவனன்றிப்
புதிதாக அமைத்தவனல்லன். ஈழநாட்டுக்குத் தெற்
கேயுள்ள சிங்களதேசத்தை அக்காலத்தில் முற்றும்
ஆண்டுவந்தவர்கள் யக்ஷரும் நாகரும். யக்ஷரும்
நாகரும், ஆதியிலரசுசெய்த இராவணனுக்குப் பரி
வாரமாக இருந்து சுருங்கிய யக்ஷர் நாகர்களுடைய
சந்ததியார். அது நிற்க, ஈழமண்டலத்துத் தமிழ
ருக்கும் பாண்டிநாட்டாருக்கும் இடையிடையே
யுத்த பகைமூண்ட காலங்களிலே அவர்களுக்குப் போர்க்
களம். களமாயிருந்தவிடம் மணற்றியாம். (யாழ்ப்பாணம்)
மணற்றியில் அந்தப்பகுதி இன்னும் களபூமி என்
னும் பெயரால் வழங்குகின்றது. ஆதலால் மணற்றி
நெடுங்காலம் குடியில்லாத நாடாகவிருந்தது. அக்
மாருதப் காலத்திலே சோழராசன் புத்திரியாகிய மாருதப்பி
பிரவாக ரவாகவல்லி, தனக்குற்ற குதிரை முகமென்னும்
வல்லி. நோயினாலே வருந்துங்காலத்தில், கீரிமலையிலேயுள்
ள சிற்றாற்றில் ஸ்நானஞ்செய்யின் அந்நோய் நீங்கு
மென்று ஒரு முனிவர் சொல்ல, அவ்வாறே தன்பரி
வாரங்களோடு சென்று அத்தீர்த்தத்தில் ஸ்நானஞ்
செய்து அந்நோய் நீங்கப்பெற்றாள். அவ்விடம் அது
குதிரை காரணமாகக் குதிரைமலை o என வழங்கிற்று. அம்
மலை. மலை பின்னாள் வீழ்ந்ததுபோலும். அவளும் அவள்
பரிவாரங்களும் அவ்விடத்திலே சிறிதுகாலம் வசித்
உக்கிரசி தார்கள். அப்பொழுது கதிர்காமம் என வழங்கும்
ங்கன்திரு கார்த்திகேய கிராமத்தில் அரசுசெய்திருந்த உக்கிர
மணம். சிங்கராஜனும் அச்சிற்றாற்றிலே ஸ்நானஞ்செய்தற்

---

* Journal of the Royal Asiatic Society, Ceylon Branch 1848, p. 73.

o Captain H. Suckling's Ceylon. Vol. 1. p. 180.

கு அவ்விடம் வந்தான். அவன் அவளைக்கண்டு அவள்மீது தணியாப் பெருங்காதலுடையனாகி அவளைப் பெரும் பிரயாசத்தோடிசைவித்து மணமுடித்துக் கொண்டு சிறிதுகாலம் அவ்விடந்தங்கிப் பின் அவளோடு தன் இராசதானிக்குச் சென்றான்.

அவள் அமைப்பித்த சுப்பிரமணியாலயபூசைக்கும் அருச்சகர்களுக்கும் கந்தரோடையென வழங்கும் இடத்தைச்சமர்ப்பித்துத்திருத்தி நெல்விளைநிலமாக்கி அவர்களுக்குப் பிரமதாயமாகக்கொடுத்தாள். அவளோடுவந்த தளபதியாகிய மகாவிட்டன்என்பவனை, அக்கோயிலைநடாத்தும் சர்வாதிகாரியாக்கி மாவிட்டபுரமென இப்போதுவழங்கும் இடத்திலிருத்தினாள். சோழியர் வசித்தவிடம் சோழியபுரமெனப்பட்டது. அது சுழிபுரமெனப் பின்னர் மருவி வழங்குவதாயிற்று. மாளிகை கட்டப்பட்டவிடம், பின்னர்நாழில் பழையநகரமெனப் பொருள்படும் தொல்புரமெனப்பட்டது. மகாவிட்டன் வசித்தவிடம் மாவிட்டபுரம் எனப்பட்டது. கந்தசுவாமியின்பொருட்டு விடப்பட்ட இடம் கந்தரோடையெனப்பட்டது. ஓடை—குளவெளி. மாளிகையிருந்தவிடம் இன்றும் மாளிகைத் திடரெனப்படுகின்றது.

கந்த ரோடை.

மாவிட்ட புரம்.

கீரிமலையிலிருந்த உன்னதமலையும் அதனருகேயிருந்த சிவாலயமும் கடல்வாய்ப்பட்டதன்பின்னர் இதுவே தமிழர் குடியேறிய முதன்முறையாம். இங்ஙனங் குடியேறிய தமிழரும் நெடுங்காலம் நிலைகொள்ளவில்லை. மாருதப்பிரவாகவல்லிக்குப்பின் இவ்விடம் நெடுங்காலம் குடியில்லாத நாடாயிருந்ததாதல் வேண்டும். கடல்கொள்ளுமுன்னே நளமகாராசாவந்து கீரிமலையிலே தங்கிப்போனான் எனத் தக்ஷிணகைலாச மான்மியங் கூறுகின்றது. எனவே அச்சம்பவம் நிகழ்ந்து பல யுகங் கழிந்தனவாதல் வேண்டும். அதுநிற்க,

தமிழர் முதற்குடியேற்றம்

இற்றைக்கு 2454 வருஷத்துக்கு முன்னே (543 B. C.) மகததேசாதிபதி, தனது மகன் விஜயன் என்பவனை, அவன் துர்க்குணங் காரணமாகத் தனது நாட்டை விட்டோட்டினன். அவனும் அவன் தோழர் எழுநூறு காளையரும் மரக்கலமேறி இலங்கைக்கரையை அடைந்தனர். அங்ஙனம் அடைந்த துறை இலங்கைக் கீழ்கரையிலுள்ள துறையென்றும் மேல்கரையிலுள்ள துறையென்றும் துணியவியலவில்லை. இப்போது புத்தளமெனப்படும் இடத்துக்கு அணித்தான தம்பபண்ணை என்னுந் துறையில் வந்திறங்கினார்களென்பது மகாவமிசமென்னும் சிங்களசரித்திரம். விஜயன் வந்திறங்கிச் சிலதினத்திலே, அந்நாள் இலங்கையில் அந்தப்பாகத்தை அரசுசெய்திருந்த யக்ஷத்தலைவன் புத்திரியாகிய குவேனியைக் கூடி, அவள்மூலமாக அப்பகுதியரசையுங் கவர்ந்தான். பின்னர் மாதோட்டப்பகுதியிலே சிற்றரசுசெய்திருந்த தமிழ்த் தலைவனோடு நட்புக்கொண்டு அவன்மூலமாகப் பாண்டியனிடம் தூதுபோக்கித் தனக்கு ஒரு புத்திரியைத் தருவதோடு தன் துணைவர்க்கும் எழுநூறு கன்னியரையும் அனுப்புமாறு வேண்டினன். அவ்வேண்டுகோளுக் கிணங்கிப் பாண்டியன் தன்புத்திரி விசயையையும் பிரதானிகள் புத்திரிகளாகிய எழுநூறு கன்னியரையும் பரிவாரங்களோடுமனுப்பி மாதோட்ட நகரிலேதானே மணமுற்றுவித்தான்.

விஜயன்.

விசயை.

அதன்பின்னர் விஜயன் இலங்கைக்குச் சக்கரவர்த்தியாகி முடிபுனைந்து ஒருநகரமும் அமைப்பித்து முப்பதுவருஷஞ் செங்கோலோச்சினன். பாண்டிராசாவின் சம்பந்தத்தினால் மாதோட்டத்தையும் திரிகோணமலையையுந் தலைநகரங்களாகவுடைய ஈழநாட்டுத் தமிழ்மக்களும் விஜயன் குடைக்கீழடங்கினர். விஜயனும் அவன் குடிகளும் கைக்கொண்டொழுகிய சமயம் சைவசமயமே. சிங்களபாஷை,

விஜயன் முடி புனைதல்.

சிங்கள பாஷை.

தமிழ்ச்சொல் சிறிதும் சம்ஸ்கிருத பிராகிருதச்சொற்கள் பெரிதுமாகக் கலந்துண்டாகிய ஒரு மிசிரபாஷை. எலுவென்பது சம்ஸ்கிருத பிராகிருதம் மிக அருகிக்கலந்த சிங்களம். எலுவென்பது ஈழமென்பதன் மரூஉ. இப்பாஷையே விஜயன் வருமுன்னும் இலங்கையின் தென்பாகத்துள்ள யக்ஷ நாகர்களாலும் வழங்கப்பட்டது. மகதநாட்டிலிருந்துவந்து அரசுகைக்கொண்ட விஜனும் அவன் வமிசத்தோரும் அப்பாஷையையே வழங்கினர். மதுரையிலிருந்து வந்த நாயக அரசர் வழங்கியதும் அப்பாஷையே.

சிங்களத்துவீபமென்னும்பெயர் இலங்கைக்கு ஆங்குள்ள பட்டையால் வந்தது. சிங்களம்—பட்டை: அது கறுவாப்பட்டை. (லக்ஷ்மண வைத்தியரென்பவர் செய்த சம்ஸ்கிருத அகராதியிற்காண்க.) ஈழம் என்பது சிங்களம் என்பதன் சிதைவு. சிங்களத் துவீபம்.

விஜயனுக்குப்பின் வழிமுறையாக இலங்கை பதினொருவரால் அரசுசெய்யப்பட்டது. பன்னிரண்டாம்அரசன்அசேலன். அவன்காலத்திலே (205 B.C.) அசேலன். ஏலேலன் என்னும் ஓர் இராசகுமாரன் தொண்டை நாட்டினின்றும் பெருஞ் சேனையோடு வந்து திரிகோணமலையிலிறங்கி, அநுரதபுரஞ்சென்று அந்நகரத்தை வளைத்துக் கொடிய யுத்தஞ்செய்து அவனை வென்று இலங்கைக்கரசனானான். ஏலேலன், கல்வியறிவு, நடுநிலைதவறாதநீதி, பொறை, அருள், ஆண்மை ஏலேலன். முதலிய இலக்கணம் அமைந்தவன். தனது நாட்டினுள்ள குடிகளைத் தன் அருமைமக்களென உரிமையோடும் பாதுகாப்பவன். எவ்வுயிரையுந் தன்னுயிர்போலக் காப்பவன். எச்சமயத்தவரையும் அவ்வச் சமயநெறியில் நிறுத்துபவன். தனது சமயமாகிய சைவசமயத்தையும் அவன் முறைப்படி பரிபாலிப்பவன். அவன் இலங்கையிலே முக்கியமானவிடங்களிலே முப்பத்திரண்டு கோட்டைகளும் அநேக

பௌத்த சைவாலயங்களும அமைப்பித்தான். அவன் பௌத்த குருமாரும் சைவாசாரியரும் "எம்மரசன் எம்மரசன்" என்று கொண்டாடச் செங்கோல்செலுத்தியவன். அநேக குளங்களைக் கட்டி நெல்விளைவை விருத்திசெய்தவன். பவானிக்குளம் என்னும் பெரியகுளத்தைக் கட்டுவித்தவனும் அவனே. பவானிக்குளமென்பது வவனியாக்குளமென வழங்குகின்றது. அவன் நாடெங்கும் வித்தியாசாலைகளும் வைத்தியசாலைகளும் அமைத்து முறையே கல்வியையும் உயிர்களையும் பரிபாலித்தவன். பாணருக்கும் வித்துவான்களுக்கும் பெருநிதி வழங்கும் வள்ளல்.

பவானிக்குளம்.

ஏலேலனைச் சிங்களசரித்திரகாரர் நீதியிலேமநுச்சக்கரவர்த்தி எனப்பாராட்டுவர். அவன் தனதுசயனமண்டபத்திலேயுள்ள கட்டிற்காலிலே ஓர் ஆராய்ச்சிமணிகட்டி அதனை அசைத்தடிக்கும்பொருட்டுக் கயிற்றைமாட்டிச் சுவர்த்துவாரத்தினாலே வெளியிலே தூங்கவிட்டிருந்தான். முறையீடுள்ளவர்கள் எக்காலத்திலும் அதனை இழுத்து அவ்வாராய்ச்சியை அடிக்க, அவன் உடனே ஓடி வெளியே வந்து அவர்கள் குறையைக் கேட்டுத் தக்கவாறு நீதிபுரிபவன். ஆதலால் அவன்இராச்சியத்தில் முறைகேடென்பது மிகவரிது. ஒருநாள் அவன்மகன் இரதத்திலேறி வேட்டையாடி மீண்டுவரும்போது அவன் கண்ணுக்குப் புலப்படாமல் ஓரிளங்கன்று அவ்விரதத்தின் சில்லில் அகப்பட்டரைபட்டிறந்தது. அச்செய்தியைக்கண்ட தாய்ப்பசு அலறிக்கொண்டோடிப்போய் ஆராய்ச்சி மணிக்கயிற்றை வாயிலே கவ்வி யிழுத்தடித்தது. அரசன் ஓடிவந்து இதன்கருத்தென்னவென்று மந்திரிமாரை நோக்கி வினவி, அவர்களால் நடந்ததை அறிந்து, உயிருக்குயிர் வாங்குதலே முறையெனத் துணிந்து, மந்திரிமாருஞ் சுற்றமுந் தடுக்கவுங் கேளானாய், அப்பசுவின் துயரத்தை எவ்வாறு என்கண்ணாற் பார்ப்பேன் எனக்கூறித் தன்மகனை அப்பசுவி

பசுக்கன்றைக்கொன்ற தனதுமகனைக்கொன்றான்.

ன்முன்னேதானே தன்தேர்க்காலின் கீழிட்டுக்கொன்றான். இன்னும் அவன்பால் விளங்கிய துல்லிய நீதிசம்பவங்கள் அனேகம். நீதிநெறியினால் அவன் கீர்த்தி உலகெங்கும் பரவியது. அவனுடைய கொடைப்புகழ் பரவாத தேசமில்லை. கேளாத செவியில்லை. பாராட்டாத நாவில்லை.

யாழ்ப் பாடி.

இவ்வாறு அரசியற்றுநாளிலே, தொண்டைநாட்டிலே அந்தக கவிவீரராகவ னென்றொரு யாழ்வல்லானிருந்தான் அவன் தன் மனையாளோடு சண்டையிட்டுக்கொண்டு ஈழமண்டலம் போகிறேனென்ன, அவள் "வளநாடும் மழகளிறும் வாங்கிவரப்போகின்றீரோ" என்றாள். "இவள் என்னை அவமதித்தாள்" என அவன் மனத்துண் மதித்துத் தன்பரிசனத்தோடும் ஈழநோக்கி வழிக்கொண்டு மரக்கலமேறி மணற்றியிலிறங்கிப்போய் அநுராதபுரத்தையடைந்தான். அங்கே இராசதரிசனத்துக்குச் சமயம்பார்த்துச் சபாமண்டபத்திற் புகுந்தான். அவன் வரவும் அவன் இயல்புமுணர்ந்த ஏலேலன், அந்தகர் முகத்தில் அரசர் விழித்தலாகாதென்னும் வழக்கம்பற்றித் திரைமறைவிலிருந்து அக்கவிவாணனை உபசரித்தான். அஃதுணர்ந்த கவிவாணன்,

சபாமண்டபம் புகுதல்.

நரைகோட்டிளங்கன்றுநல்வளநாடுநயந்தளிப்பான்
விரையூட்டுதார்ப்புயன்வெற்பீழமன்னனென்றேவிரும்பிக்
கரையோட்டமாகமரக்கலம்போட்டுனைக்காணவந்தாற்
றிரைபோட்டிருந்தனையேலேலசிங்கசிரோமணியே.

என்னும் செய்யுளைப் பாடினான்.

ஏலேலன் அதனைக்கேட்டு அதிசயவசத்தனாகி, "இக்கவிவாணர் பிறவிக்குருடராயிருப்பினும் அகக்கண்ணினாற் காணும் பெருவல்லமை யுடையராதலின் அவர்முன்னே நாம் திரையிட்டிருத்தல் தகாது" என மதித்துத், திரையை நீக்குவித்து அவன் வரலா

பிரபந்த வரங்கேற்றம்.

றறை வினவினன். கவிவாணன் தான்பாடிவந்த பிரபந்தத்தைப் பாடித் தன் யாழ்வல்லபத்தையுங் காட்டினன்.

அரசன் செவியும் மனமுங் குளிர்ந்து கவிவாணனது கல்விச் சாதுரியத்திலும் யாழ்மாதுரியத்திலும் மயங்கி, அவனைப் பெரிதும் புகழ்ந்து கொண்டாடி, வேண்டியதைக் கேட்க, என்றான். தன்மனைவி சொல்லி அசதியாடியதைக் கவிவாணன் எடுத்துக் கூறினன். அரசன், நீ விரும்பியபடி மணற்றியையும் ஒரு யானையையும் ஒரு பல்லக்கோடு பரிசனங்களையும் கொள்கவெனக் கூறிப் பல வரிசைகளோடு பெருந் திரவியமுங் கொடுத்தான்.

நாடும்யானையும் பெறல்.

யாழ்ப்பாடி அரசனுக்கு ஆசிபல கூறி அவற்றைப் பெற்றுக்கொண்டு மணற்றியை நோக்கி மீண்டான். அவன் சிவபூசை பண்ணியே போசனஞ் செய்பவன். அக்காலத்திலே அநுராதபுரியிலிருந்து மணற்றிக்குவரும் மார்க்கத்திலே வழிப்போக்கர் தங்குதற்கு வசதியான மடங்கள் சத்திரங்களில்லை. அதுபற்றி அவன் தன் பல்லக்கை வசதியான புளியமரநிழல்தேடி நிறுத்தும்படி தன் போகிகளுக்குக் கட்டளைபண்ணியிருந்தான். அவ்வாறே பகலிலும் இரவிலும் புளியமரநிழல் தேடித் தங்கி வருவானாயினன். ஒருநாள் பல்லக்குச் சுமப்போர் தக்க புளியமரநிழல் காணாது நெடுந்தூரஞ் சுமந்துசென்றார்கள். கவிவாணன் "பூசைக்கு நாழிகையாயிற்றே இது எவ்விடம்" என்று அடிக்கடி வினவினன். அவர்களும் "புளியடி புளியடி" என்று கூறி விரைந்து நடந்து ஒரு புளியைக்கண்டு, அம்மரத்தடியிலே பல்லக்கை இறக்கினார்கள். அந்த இடம் இன்றும் பல்லக்குப் புளியடி என்று வழங்குகின்றது. "எவ்விடம் எவ்விடம் புளியடி புளியடி" என்ற பழமொழியும் கவிவாணன் காரணமாக வழங்குவதாயிற்று.

இவ்வாறு மணற்றியில் வந்துசேர்ந்த கவிவாணன் மணற்றியெங்குஞ் சுற்றிப்பார்த்து நல்லூருக்குச் சமீபத்திலே தனக்கொரு மாளிகையும் அதன் சூழலிலே தன் பரிசனங்களுக்கு வீடுகளும் அமைப்பித்துச் சிலநாள் வசித்தான். அவன்இந்நாட்டில் முதலில் வெட்டுவித்த குளம் இப்போது தூர்ந்ததாயினும் இன்றும் பாணன் குளம் என வழங்கப்படுகின்றது. சிலநாளாயினபின் கவிவாணன் மீண்டு தனது தேசஞ்சென்றான். பிரிந்த துயரத்தால் மிக வருந்தியிருந்த மனைவி அவன் வரவுணர்ந்து எதிர்சென்று பாதங்களில் வீழ்ந்து பணிந்து தழுவிப் பேருவகையுற்றாள். இருவரும் போசனமருந்திப் பேசிக்கொண்டிருக்கும்போது,

நல்லூரில் மாளிகை கட்டல்.

பாணன் குளம்.

முன்னாளிருவர்க்கும்யாக்கையொன்றாகமுயங்கினமால்
பின்னாட்பிரியன்பிரியை * யென்றாயினம்பேசலுறும்
இந்நாட்கொழுநன்மனைவியென்றாயினமின்னமுமோர்
சின்னாளிலெப்படியோவையநீயின்றுசெப்புகவே.

யாழ்ப்பாடி சுவதேசத்துக்குமீளல்.

என்னுமிக்கவியைக் கவிவாணன் மனைவி கூறி, இன்னுமென்னை விட்டுப்பிரிய மனம்பொருந்துவீரோவென்று கண்ணீர் சொரிந்தாள்.

யாழ்ப்பாணன் அவளை ஆற்றி இனி உன்னைவிட்டுப் பிரியேன் எனத் தேற்றி, அடுத்தநாள் தொண்டைமானிடஞ் சென்று தான் பரிசாகப் பெற்ற மணற்றியிற் குடியேற்றுதற்கு இராஜதந்திரம் வல்லமந்திரி பிரதானிகளும் ஒரு சிறு சேனையும் தரல் வேண்டுமென்று வேண்டினான். தொண்டைமான் நீர்கூறிய அந்நாட்டைத்தவிர வேறியாது பரிசாகப்பெற்றீரென்றான். அதற்கு யாழ்ப்பாணன்,

தொண்டைமானைத்தரிசித்தல்.

இம்பர்வாழேலேலனை ‡ யேபாடி
என்கொணர்ந்தாய்பாணாநீயென்றாள்பாணி

---

* இருவரும் பிரிந்தமையால், பிரியன் -பிரிவினையுடையவன், பிரியை - பிரிவுடையவள்.

‡ ஈழராமனையே பாடியென்றும் பாடம்,

வம்பதாங்களபமென்றேன் பூசுமென்றாள்
மாதங்கமென்றேன்யாம்வாழ்ந்தேமென்றாள்
பம்புசீர்வேழமென்றேன் றின்னுமென்றாள்
பகடென்றேனுழுமென்றாள்பழனந்தன்னைக்
கம்பமாவென்றேன நற்களியாமென்றாள்
கைமாவென்றேன்சும்மாகலங்கினளே.

என்று கூற, தொண்டைமான் அதுகேட்டு மிகமகிழ்ந்து மெச்சி, நீர்பெற்ற நாட்டின் வளத்தைக் கூறுகவென்றான். பாணன் அந்நிலவளங்களைக் கூறிவரும்போது,

உப்பு. உப்புச் செய்கைபண்ணபபடாது இயற்கையாகவே படுகின்றதென்றும், அவவுப்பு அபரிமிதமாகப்பட்டு வருஷந்தோறும் அழிந்துபோகின்றதென்றுஞ் சொன்னான். அதுகேட்ட தொண்டைமான், அவ்வுப்பை எனக்குத் தருவீராயின் உமக்கு வேண்டுங் குடிகளைத் தருவேன். அவ்வுப்பைத் திரட்டுதற்கும் வேண்டும்போதமைத்தற்கும் வேண்டும் ஏவலாளரையும் மரக்கலங்களையும் யானே அனுப்புவேன் என்றான். யாழ்ப்பாணன் மகிழ்ந்து அதற்கிசைதலும், தொண்டைமான் அவனுக்கு வேண்டுங் குடிகளையும் மந்திரியொருவனையும் பிரதானிமுதலியோரையும் ஒரு சிறு படையையும் கொடுத்து அவனை அனுப்பிவிட்டு, உப்புக்காக மரக்கலங்களையும் உப்பமைப்போரையும் அக்கருமத்துக்கோ ரதிகாரியையும் பின்னர் அனுப்பினான்.

குடிகள் வருதல். யாழ்ப்பாணன் அக்குடிகளை மரக்கலங்களிலேற்றிக்கொண்டு தன் மனைவியோடும் மந்திரி பிரதானி சேனையோடும் மீண்டுவந்து நல்லூரிலே வசித்தான்.

பட்டாபிஷேகம். நல்லநாளிலே யாழ்ப்பாணன் பட்டாபிஷேகமும்பெற்றுத் தனது நாட்டுக்கு யாழ்ப்பாணமென்னும் பெயரும் வழங்கினான். அவன் தனக்கு மந்திரியாகவந்த சேதிராயனுக்குப் புத்தூரென்று பின்னர் வழங்கப்பட்ட இடத்தைத் திருத்தி அவ்வூரை அவனுக்குக் கொடுத்தான். அது புதிதாக அமைக்கப்பட்ட ஊராதலின் புத்தூரெனப்பட்டது. நிலவளம் நீர்வள

ஞ்சோதித்து அநேகவிடங்களைக் காடுகெடுத்து நாடாக்கி நெல்விளைவிக்கவுந் தொடங்கினன்.

காடுகெடுத்துநாடாக்கல்.

அதன்பின்னர்த் தொண்டைமானுடைய மரக்கலங்களும் வந்தன. உப்பேற்றும்பொருட்டு ஒருகால்வாயும், மரக்கலங்கள் தங்குதற்கு ஒருதுறையும் அவன் அனுப்பிய சனங்களால் அமைக்கப்பட்டன. அச்சனங்கள் உப்பளத்துக்குச் சமீபத்திலே குடிகொண்டார்கள். அச்சனங்கள் உப்பெல்லாவற்றையுந்திரட்டிக்காலந்தோறும் அம்மரக்கலங்களிலேற்றி அனுப்பிவந்தார்கள்.

உப்பேற்றல்.

அம்மரக்கலங்கள் மீண்டுவரும்போது, நெல், கறிச்சம்பாரம், வஸ்திரமுதலியன கொண்டுவந்து யாழ்ப்பாணத்திலுள்ள தொண்டைமான்சனங்களுக்குக் கொடுப்பதுமன்றி மற்றைச் சனங்களுக்குங் கொடுத்துப் பண்டமாற்றி மீளும். தொண்டைமான் ஏவலாளரால் அமைக்கப்பட்ட கால்வாய் தொண்டைமானாறு என இன்றும் வழங்குகின்றது.

தொண்டைமானாறு.

தொண்டைமானது கருமாதிகாரியாகிய வீரப்பராயனிருந்தவிடம் இன்றும் வீரப்பராயன் குறிச்சி எனப்படுகின்றது.

வீரப்பராயன்.

தொண்டைமான் கருமமாக வந்த சனங்கள் பெரும்பாலும் தொண்டைநாட்டின் வடபாகத்திலிருந்து வந்தவர்கள். அவர்கள்குடிகொண்டபகுதி வடமராட்சியெனப்பட்டது.

வடமராட்சி.

அவர்கள் பாஷை தெலுங்கு. அதுபற்றியே யாழ்ப்பாணத்திலே கடவு பிச்சுவாய்க்கத்தி (பீச்சாக்கத்தி) முதலிய தெலுங்குச் சொற்கள் வழங்குவவாயின. அவர்கள் விஷ்ணுவை வழிபடுவோர். அதுபற்றி வல்லிபுரமென்னுங் குறிச்சியிலே ஒரு விஷ்ணுவாலயமுண்டாவதாயிற்று.

விஷ்ணுவாலயம்.

வல்லியதேவன அதிகாரஞ்செய்தவிடம் வல்லிபுரமெனப்பட்டது. ராயன், தேவன், கிழான், மழவன் என்னும் சிறப்புப்பெயர்கள் அந்நாள் வேளாளர்க்குரியன. தெலுங்குபாஷையும் தெலுங்குநாடும் வடுகெனப்படும். அதுபற்றியே அந்நாட்டிலிருந்திங்குவந்து குடிகொண்ட வடமரை

*

வடுகர். வடுகரென்று கூறுவர். அவ்வடமருள்ளே போகியர் ஒருதொகையினர். இடையராகிய் கோபிகர் பெரு கோவியர். ம்பாலார். கோபிகர் பிற்காலத்திலே கோவியரெனப் பட்டார்கள். கோபிகரைப்போலவே உப்பமைக்கும் பொருட்டு வந்த அளமரும் பெரும்பாலார். போகிய ருட்சிலர் யாழ்ப்பாணனுக்கும் சிலர் வீரப்பராயனு க்கும் சிலர் சேதிராயனுக்கும் சிவிகையாட்களாகிச் சிவிகையார். (சிவிகையார்) சிவியாரெனப்பட்டார்கள். நல்லூர் இராஜதானியிற் குடிகொண்ட சிவிகையார் பின்வந் ததமிழரசரோடு வந்து தமக்குரிய குடிமைகளுடன் கிராமங்கொண்டவர்கள்.

யாழ்ப்பாணனும் சேதிராயனும் கல்வியிலே சிற ந்தவர்களாதலின் தமது குடிகளுக்கு நெல்விளைவு குறையாவண்ணம் நிலங்களைத் திருத்தியும், குளங் கள் கால்வாய்களை வெட்டியும் நாட்டைத் திருத்தி யதோடு, நாட்டிலே நல்லொழுக்கமும், ஒற்றுமை யும், ஈசுரபத்தியும் அபிவிருத்தியாகுமாறு ஒரு பா டசாலையும், புரோகிதராகத் தம்மோடு வந்த கச்சிக் கணேசையர் கொணர்ந்த சித்திவிநாயகரையும் ஓரா லயம் வகுத்துத் தாபித்தனர். இதுவே யாழ்ப்பாடி காலத்தில் உண்டாகிய விக்கிநேசுராலயம். இது நல் லூரில் எவ்விடத்திலிருந்ததென்று தெரியவில்லை. சித்திவி நாயகரா லயம். சிவியாதெருவில் இப்போதுள்ள சித்திவிநாயகரால யத்திலுள்ள விக்கிநேசுரமூர்த்தி அதுவேபோலும். நெல்லுப்பயிரோடு செந்தமிழ்க்கல்விப் பயிரையும் யாழ்ப்பாணத்தில் முதன்முதல் வளர்த்தவன் யாழ் ப்பாடியே. அவன் தொடங்கிய முகூர்த்தவிசேஷ மாக யாழ்ப்பாணத்திலே அவ்விருபயிரும் அபிவிரு த்தியாகிக்கொண்டே வருகின்றன. யாழ்ப்பாடியு டைய கொடி யாழைக் கையிலேந்திய சயமகட்கொ டி. அது மிதுனக்கொடியெனவும் படும். அதுவே யாழ்ப் பாணன் கோடி. சங்கிலியரசனிறுதியாகவுள்ள யாழ்ப்பாணத்து அர சரெல்லாங்கொண்ட கொடியாம். யாழ்ப்பாடி சாதி யிலே தொண்டைமண்டலத் துயர்குடிச் சைவ வே

ளாண்முதலி. யாழ்ப்பாடியினது திருவுருவச்சிலை * யைப் பின்வந்த அரசர் தமது கோட்டைவாயிலிலே நாட்டிப் போற்றிவந்தனர். அது நிற்க.

யாழ்ப்பாடி இறந்தது.

யாழ்ப்பாடி § எழுபது வருஷம் அரசுசெய்து தன் சுற்றமும் குடிகளும் வயிறலைத்திரங்கப் பரகதியடைந்தான். அவனுக்குப்பின் சேதிராயனும் ஆண் சந்ததியின்றி இறந்தான். தொண்டைநாட்டரசனாகிய தொண்டைமானுடைய சனங்களாய் யாழ்ப்பாணத்திலிருந்தோர் தொண்டைநாட்டிலிருந்து ஒருவர்பின்னொருவராய் வரும் உப்பதிகாரிகளால் ஆளப்பட்டு வந்தார்கள். யாழ்ப்பாடி குடிகள் அரசின்றி நெடுங்காலம் வாழ்ந்தனராயினும் அவருட் பயிரிடுங் குடிகளே சந்ததிசெய்து, தொகையிற் பெருகினர். இராசசேவை செய்தும் அரண்மனைக்கு வேண்டும் காருக கம்மியத் தொழில்கள் புரிந்தும் வாழ்ந்தோர் அரசனின்மையால் தொண்டைமண்டல முதலிய தேசஞ் சென்றனர். ஆயினும் நெடுங்காலம் யாழ்ப்பாணம் நாட்டுத்தலைவரால் ஆளப்பட்டு வந்தது.

உப்பதிகாரி.

அரசின்றி நாட்டுத்தலைவராளல்.

மழவராயன்.

சேதிராயன் சந்ததியில் வந்த ஒரு கன்னிகையைப் பொன்பற்றியூரிலிருந்து வந்த மழவராயன் என்பவன் மணம்புரிந்திருந்தான். அவன் யாழ்ப்பாணம் அரசின்றிக் கெடுவதைக் கண்டு ஓரிராசகுமாரனை நாடிக் கொண்டுவருமாறு சோழநாட்டுக்குச் சென்றான். அங்கே சோழன்புத்திரனொருவன் மதுரையிலே கல்வி பயின்று வருகின்றானென்பது கேட்டுச் சோழராசாவினது அநுமதியோடு மதுரைக்

---

* யாழ்ப்பாடி திருவுருவச் சிலையொன்று யாழ்ப்பாணத்தில் ஒரு பிரபல ஸ்தானத்தில் அமைத்துவைத்தல் நம்மவர் கடனும்.

§ யாழ்ப்பாடியாகிய அந்தக கவிவீரராகவனும் வேறு. இற்றைக்கு 250 வருடத்துக்குமுன்னிருந்த கவிவீரராகவனும் வேறு. பிந்திய முத்தமிழ்க் கவிவீரராகவமுதலியாரும் வேறு.

குப் போய்ப் பாண்டியனுக்கு விண்ணப்பஞ் செய்தான். பாண்டியன் அக்கோமகனை அழைத்து, மழவராயன் விண்ணப்பத்தைக் கூறி, அவன் மனக்கருத்தை உசாவினான். கோமகன் அதற்கிசைய, பாண்டியன் அவனையும் அவன் தேவியையும் வேண்டும் பரிவாரங்களும் சிறுசேனையும், திரவியமுங் கொடுத்தனுப்பினான்.

இராசகுமாரன் புறப்படல்.

அவன் புறப்பட்டுத் திருவாரூருக்குச் சென்று தந்தையிடஞ் சிலநாள் வைகினான். அதற்கிடையில் மழவராயன் தொண்டைநாட்டுக்குப் போய், குடும்பத்தோடு சில பிரபுக்களையும் அவர்களோடு பயிரிடுங் குடிகளையும், காருககம்மியர்களையும், ஏனையசாதிக் குடிகளையும், கொண்டுவருவேனென அவ்விராசகுமாரன்பால் விடைபெற்றுச் சென்று, அநேக குடிகளை மரக்கலங்களிலேற்றியனுப்பிவிட்டு மீண்டு திருவாரூரை அடைந்தான்.

உடனே இராசகுமாரனும் தந்தைபால் விடைபெற்று அவன்கொடுத்த வரிசையோடு கோடிக்கரை வழியாக யாழ்ப்பாணத்தை அடைந்து, இங்குள்ள குடிகளும் நாட்டுத் தலைவர்களும் எதிர்கொண்டுபசரிக்கச்சென்று நல்லூரை அடைந்தான்.

நல்லூரையடைதல்.

தொண்டைநாட்டினின்றும் புறப்பட்ட பிரபுக்கள், தங்கள் பத்தினிமார் கடல்யாத்திரைக்குடன்படாரெனக்கண்டு, தொண்டைநாட்டிலுள்ள பெண்ணையாற்றில் மரக்கலமேறி அக்கரை சென்று மீள்வோமென அவரை வஞ்சித்துக் கொண்டுபோய்ப், பெண்ணையாற்றுத்துறையிலே மரக்கலத்திலேற்றித் தாமுமேறி இரவெல்லாமோடி விடிய வந்து, யாழ்ப்பாணத்திலே இப்போது பண்ணைத்துறை யெனப்படும் துறையிலே இறங்கினர்.

தொண்டைநாட்டுப்பிரபுக்கள் வரவு

அவர் பத்தினிமார் தாமேறிய பெண்ணையாறும் யாழ்ப்பாணக்கடலும் ஒன்றுபோலிருப்பது கண்டு இஃதெவ்விடமென்றபோது, பெண்ணைத்துறையென்றமையால் அதுமுதல் அத்துறை பெண்ணைத்துறை (பண்ணைத்துறை) எனப்படுவதாயிற்று. அதுநிற்க.

நல்லூரையடைந்த இராசகுமாரன் ஓரலங்காரமான பெரிய மாளிகையும் அரணும் மதிலும் அகழியும் சிங்காரவனமும் அமைப்பித்து, மந்திரி பிரதானிகளுக்கு மாளிகைகளும், அந்தணர் வணிகர் வேளாளர்களுக்கு இருக்கையும், வீதிகளும் யானைப்பந்தி குதிரைப்பந்திகளும், யானை குதிரையேற்றச் சாரிவீதிகளும் செய்வித்து நல்லூரைச் சிறந்த நகரமாக்கினான். நகரத்துக்குக் கிழக்கே வெயிலுகந்த பிள்ளையார் கோயிலையும், மேற்கே வீரமாகாளிகோயிலையும், தெற்கே கைலைவிநாயகராலயத்தையும், வடக்கே சட்டநாதர் கோயிலையும் கட்டுவித்தான். தனது புரோகிதராகிய கங்காதர ஐயருக்கும் அவர் பன்னியார் அன்னபூரணியாருக்கும் ஏனைய அந்தணருக்கும் அக்கிரகாரங்களும் அமைப்பித்தான். அதன் பின்னர் ஓர் ஏரி தோண்டுவித்து, யமுனையிலிருந்து அந்தணரைக்கொண்டு காவடிகளில் எடுப்பித்த தீர்த்தத்தை அதில்விட்டு, அதற்கு யமுனையேரியெனப் பெயரிட்டான். இது நிகழ்ந்தது கலி 3000 ல். (B. C. 101.)

நகரமைத்தல்.

கோயில்கள்.

அக்கிரகாரம்.

யமுனையேரி.

இவ்வாறு அவன் நகரத்துக்கு வேண்டுவனவெல்லாம் அமைத்தபின்னர், மகுடாபிஷேகத்துக்கு நாள்வைத்து, மிக்க சம்பிரமத்தோடு நகரமும் நாடும் களிகொள்ள மழவராயன் முடிதூக்கிக் கொடுக்க, கங்காதர ஐயரால் விதிப்படி மகுடமும் சிங்கை ஆரிய சக்கிர வர்த்தி என்னும் பட்டமும் சூட்டப்பட்டான். அக்காலத்தில் அநுரதபுரத்தில் அரசுசெய்திருந்த சோழகுலவேந்தனும் அச்சபைக்கு வந்தான். அந்தணர்க்கும் ஏனைய பாத்திரர்க்கும் நிலங்கள் சர்வமானியஞ் செய்யப்பட்டன. பொன் வாரி வழங்கப்பட்டன. அன்னதானம் வஸ்திரதானங்கள் அளவின்றிச் செய்யப்பட்டன. நாடெங்கும் பெருவிழாக் கொண்டாடி மகிழ்ந்தனர். நகரமாந்தர்கள்

சிங்கை ஆரிய சக்கிரவர்த்தி.

முடி சூட்டு

பட்டத்து யானையை அலங்கரித்து, அதில் அரசனை ஏற்றி நால்வகைச் சேனையும் முன்னும் பின்னுஞ்செல்ல, மந்திரி பிரதானி முதலிய அங்கங்கள் புடைசூழ நகரப்பிரவேசஞ் செய்வித்தார்கள். வீதிகளிலே தோரணங்களிட்டுப் பூரணகும்பம் வைத்து உபசரித்து வாழ்த்தி வணங்கித் துதித்தார்கள்.

இதுமுடிந்த பின்னர் அரசன் மதுரையிலிருந்து வந்த உயர்குடிப் பிராமணோத்தமரும் மகாபண்
மந்திரி. டிதருமாகிய புவனேகவாகு என்பவரை மந்திரியாக்கி அவரை நல்லூரிலேயே வசிக்குமாறு செய்தான். வேங்கடகிரியைத் தனக்குச் சன்மஸ்தானமாகவு
மழவ ராயன். டைய பொன்பற்றியூர்ப் பாண்டிமழவனை (மழவராயனை) யும் அவன் தம்பியையும் அவன் மைத்துனன் செம்பகமழவனையும் திருநெல்வேலியிலிருத்தினன். அவன் மேழிக்கொடியுடையவன். பெருங் கொடைவள்ளல் வறியார்க்குஞ்செல்வர்க்கும் பேதம்பாராது விருந்தருத்துபவன்.

காவிரிப்பூம்பட்டினத்தைத் தனக்குப் பிறந்தவூராகவுடையவனும், துளுவவேளாண்டலைவனும், குவளைமாலையுடையவனும், பெரும் பண்டிதனும், வித்தியாவினோதனும், உலகெங்கும் பரந்த புகழ்ப
நரசிங்க தேவன். டைத்தவனும், கற்றவர்க்குப் பெருநிதி வழங்கும் தியாகியுமாகிய நரசிங்கதேவனை மயிலிட்டியெனவழங்கும் மயிலம்பட்டியிலிருத்தினன். வாலிநகர் வேளாண்டலைவனும் மேழிக்கொடியுடையவனும் மன்ம
சம்பக மாப்பாணன். தசொருபனும், முத்தமிழ்ப் புலமையிற் சிறந்தவனுமாகிய சம்பகமாப்பாணனையும், அவனுறவினனாகிய
சந்திர சேகரமாப்பாணன். சந்திரசேகரமாப்பாணனையும், சீரகமாலையுடையவனும் வேளாண்செட்டியுமாகிய கனகராயனையும் குன்றாத நீர்வளமும் நிலவளமுஞ் சிறந்த தெல்லிப்பள்
கனகராயன். ளியென வழங்கும் தல்லிப்பள்ளியிலேயிருத்தினன் (மாருதப்பிரவாகவல்லி தனது நோய் நீங்கி இளமை

யும் அழகுமுடையவளாய் விளங்கியகாலத்தில்தங்கியவிடம் இதுவாதலின் தல்லிப்பள்ளியெனப்பட்டது) தல்லி—இளமையுடையவள். பள்ளி—சிற்றூர்.

அதன்பின்னர்க் கோவலூர் வேளாளனும், மேழிக்கொடியும், குவளைமாலையும், பெரும் பராக்கிரமமும் கல்வியுங் கட்டழகுமுடையவனுமாகிய பேராயிரவனைக், கரும்புங் கமுகும் வாழையும் நெல்லுஞ் செழித்தோங்கும் வளமுடைய இணுவில் என வழங்கும் இணையிலியில் இருத்தினன். அதன்பின்னர்க் கச்சூர் வேளாளனும், கற்பகதருவினையொத்த கொடைக்கையும, குவளைமாலையும், பெருஞ்செல்வமும், கட்டழகும், பெரும் பராக்கிரமமுடையவனும் சிவபக்தியிலே இணையில்லாதவனுமாகிய நீலகண்டனென்பவனையும் அவன் தம்பியர் நால்வரையும் பச்சிலைப்பள்ளியிலிருத்தினன். பேராயிரவன். நீலகண்டன்.

அதன்பின்னர்ச் சிங்கிரிவேளாளனும் குவளைமார்பனும், கல்வி, செல்வம், மெய்யுரை, உபசாரம், ஊக்கம், தோற்றம், அழகு என்பவற்றினற் சிறந்தவனுமாகிய கனகமழவனையும் அவன் தம்பியர் நால்வரையும் புலோலியென வழங்கும் ஊரிலிருக்குமாறு பணித்தான். கனகமழவன்.

அதன்பின்னர்க் கூபகத்து வேளாளனும், குபேரனைப்போலப் பெருஞ் செல்வனும், கற்றவர்க்கு மாரிபோல் வழங்கும் பெருவள்ளலும், குவளைமாலையும் மேழிக்கொடியு முடையவனுமாகிய கூபகேந்திரனை அவன் உறவினனும் பெருந் தருமவானுமாகிய நராங்கதேவனேடு சிறந்த நகரமாகிய தொல்புரத்திலிருக்குமாறு அநுமதி செய்தான். கூபகேந்திரன்.

அதன்பின்னர்ப் புல்லூர் வேளாளனும், வில்வித்தையில் அர்ச்சுனனும், போரில் வீமனும், கொடையிற் கன்னனும், பொறையிலுங் கீர்த்தியிலும்

தேவாராசேந்திரன்.

தருமனும் போன்றவனும் நவரத்தினமழுத்தியபொன்முடியுடையவனுமாகிய தேவராசேந்திரனைக் கோயிலாக்கண்டியிலிருக்குமாறு பணித்தான்.

மண்ணாடுகொண்டமுதலி.

அதன்பின்னர்த் தொண்டைநாட்டு வேளாளனும் குவளைமாலை மார்பனும் சிறந்த தமிழ்ப்பிரபந்தமாகிய ஏரெழுபதுகொண்டு கம்பனுக்குக் கனகமாரிபொழிந்த குல முதல்வனுமாகிய மண்ணாடுகொண்டமுதலியை இருபாலையிலிருக்குமாறு பணித்தான். அதன்பின்னர்ச் செய்யூர்வேளாளனும், இந்திரனைப்போன்ற செல்வனும் குவளைமாலைமார்பனும் சத்தியத்திலே சிறிதுந் தவறாதவனும், இருமரபுந்துய்யவனும், குன்றாத பெருங் கீர்த்திப்பிரதாபனுமாகிய தனிநாயகமுதலியை நெடுந்தீவுக் கதிபதியாக்கினான்.

தனிநாயகமுதலி.

அதன்பின்னர் வஞ்சிநகர் வேளாளனும் மிக்க பராக்கிரமமும் கல்வியுமுடையவனுமாகிய பல்லவனை அவன் உறவினராகிய இருபிரபுக்களோடு வெளிநாட்டுக்கதிபதிகளாக்கினான். (வெளிநாடென்பது பூநகரி, பல்லவராயன்கட்டு, பொன்னாவெளி என்னு மூன்று கிராமமுமாம்.)

பல்லவன்.

இவ்வாறு அரசன் யாழ்ப்பாணநாட்டைப் பன்னிருபகுதிகளாக்கி, நல்லூருக்கு மந்திரியையும், திருநெல்வேலி முதலிய பதினொரு பகுதிகளுக்கும் மேற்கூறியவாறு பதினொருவரையும் அதிகாரிகளாக்கினான். அதன்பின்னர் வடதிசைக் காவலுக்கு ஒருதளத்தையும், அதற்குப் பெரும் பராக்கிரமசாலியாகிய இமையாணனைத் தளபதியாகவும், கீழ்த்திசைக்காவலுக்கு ஒருதளத்தையும், அதற்கு இமயத்திலும் கீர்த்தி நிறுத்திய பெரும் போர்வீரனாகிய சம்பகமாதாக்கனைத் தளபதியாகவும், தென்றிசைக் காவலுக்கு ஒருதளத்தையும், அதற்கு அதிசூரனாகிய வெற்றிமாதாக்கனைத் தளபதியாகவும், மேற்றிசைக்காவலுக்கு ஒருதளத்தையும், அதற்கு வல்லியமாதாக்க

பன்னிரண்டு அதிகாரம்.

தளபதி இமயாணமாதாக்கன்.

சம்பகமாதாக்கன்.

வெற்றிமாதாக்கன்.

னென்னும் மகாவீரனைத் தளபதியாகவும் நியமித்தான். அநேக போர்செய்து வெற்றிபடைத்த மகா வீரதந்திரியாகிய வீரசிங்கனைச் சேனாபதியாக்கிக் கஜ ரத துரக பதாதிகளை அநேகபகுதிகளாக்கித் தகுதியானவிடங்களிலே வைத்தான். இவைகளை ஊரகக்காவலாக நிறுத்தி ஊர்ப்புறக்காவலாக நாராயணன் என்பவனைத் தானைத்தலைவனாக்கி அவனுக்குக்கீழ் ஒருதானையையும், வேலன் என்பவனைத் தானைத்தலைவனாக்கி அவனுக்குக்கீழ் ஒரு தானையையும், இப்போது நாரந்தனை வேலணை எனவழங்குமிடங்களில் வைத்தான். நாராயணன்தானை இருந்தவிடம் நாரந்தனையெனவும், வேலன்தானை இருந்தவிடம் வேலணையெனவும் மருவிவழங்குகின்றன. அதுபற்றியே அங்குள்ளதுறை ஊர்காவற்றுறையெனப்பட்டதுமாம். ஊறுத்துறையெனக்கொண்டு பன்றித்துறையெனப் பொருள் கொள்வாருமுண்டு. ஊறு—பன்றி.

வல்லிய மாதாக்கன். சேனாபதி வீரசிங்கன். நாரந்தனை. வேலணை. ஊர்காவற்றுறை

இவ்வாறு சிங்கைஆரியசக்கரவர்த்தி தனது நாடும் அரசும் காப்புக்குறைவு சிறிதுமில்லாதிருக்குமாறு வேண்டியவைகளெல்லாம் வகுத்தான். அதன்மேல் தானியத்தால் தனது நாடு முட்டுறுவண்ணம் புதிதாக அநேகவிளையுட்களையும் குளம் பாய்கால்வடிகால்களையும் அமைத்தான். தமிழை வளர்க்கவும் அதுவாயிலாகத் தனது நாட்டிலே அறிவை வளர்க்கவும் ஒரு தமிழ்ச்சங்கமும் அமைத்தான். அச்சங்கத்தாருக்கு மானியமாகச் சங்கவேலி (சங்குவேலியென வழங்குகின்றது.) என்னுங் கிராமமும் சங்கத்தார் வயலும் அவனால் விடப்பட்டன. மநுநீதியே தனது நாட்டில் கைக்கொள்ளத்தக்கதென்றும் ஆணைசெய்தான்.

நாடுதிருத்தல். தமிழ்ச் சங்கம். சங்குவேலி. சங்கத்தார்வயல்.

இவ்வாறு தனதுநாடும் அரசும் செவ்வே நடைபெற்று வருவதுகண்டு அரசன் மகிழ்ந்து வாழுநாளிலே ஒருநாளிரவு, பிரமவிட்டுணுக்களுக்குமெட்

டாத சச்சிதானந்த சொரூபியாகிய சிவபெருமான் சத்திசமேதராய் மானுடத் திருமேனிகொண்டு கன விற்றோன்றித் தமது பெயர் "கைலாசநாதன்" என்றருளிச்செய்து மறைந்தருளினர். அரசன் தன்னைச் சிவபெருமான் ஆட்கொண்டருளினுரெனத் துணிந்து மற்றநாளுதயத்தில் மந்திரியோடு கலந்து நல்ல நாளில் சிவாலயமொன்றமைக்கத் தொடங்கினுன்.

சிவாலயம். ஆகமப்படி விசித்திராலங்காரமான சிவாலயமும், தேவிகோயிலும், பரிவாரதேவர் கோட்டங்களும், சிறந்த யாகமண்டபமும், களஞ்சியம் மடைப்பள்ளி திருக்குளம் முதலியனவும், சித்திரகோபுரங்களோடு மதில்களும், நந்தவனம், அக்கிரகாரம், வேதாத்தியயனமண்டபம் அன்னதான சத்திரமுதலியனவும், தேரும் தேரோடும் வீதிகளும் அமைப்பித்தான். நான்மருங்கும் தாமரைத்தடாகங்களும் அவைகளைச்சுற்றிச் சிறந்த படித்துறைகளும் அவைகளுக்கருகே தோரணமண்டப மேடைகளும் இடையிடையே சிறந்த மரக்காக்களும் அமைப்பித்துத் தேவநகரமெனும்படி செய்தான். கேதாரத்துக்குத் திருமுகமனுப்பி மன்மதன் பூசித்த சிவலிங்கமுமெடுப்பித்து இராமநாதபுரத்துச் சேதுபதிக்கு ஓலைபோக்கி அவனுல் அனுப்பப்பட்ட காசிப்பிராமணேத்தமராகிய கங்காதரக்குருக்களால் ஸ்தாபனம்பண்ணி எனையமூர்த்திகளையும் பிரதிட்டைசெய்து பெருஞ்சிறப்புடன் கும்பாபிஷேகஞ் செய்வித்தான். அரசன் இவ்வாறு பெரும் பக்தியோடு செய்துமுடித்த கோயிலிலே சிவபெருமானும் கைலாசநாதரென்னுந் திருநாமத்தோடு நல்லூரை மூன்றுங் கைலாசமாகக்கொண்டு திருக்கோயில்கொண்டருளி அவனுக்கும் அவன்தேயத்துக்கும் திருவருள் பாலிப்பாராயினர். (இக்கோயில் விவரணமும் கும்பாபிஷேக வைபவமும் கைலாசமாலையிற் பரக்கக் காணலாம்.)

கங்காதரக்குருக்கள்.

மதுரைத் தமிழ்ச் சங்கத்திலே தமிழ்நாட்டுள்ள இராசகுமாரும் படைவீரர் புத்திரரும் படைத்

தொழில்பயில விரும்பும் ஏனையரும் அர்த்தசாஸ்திரம் யுத்தசாஸ்திரம் தருமசாஸ்திர முதலியன பயில்வதற்கொரு கழகமுமிருந்தது. அங்கே கல்வி பயின்ற இராசகுமாரர் சிலர், சிங்கையாரியன் யாழ்ப்பாணத்துக்குப் புறப்பட்டது கண்டு தாமும் இலங்கையைக் கைக்கொண்டாளக் கருதிப் பெரும்படை சேர்த்துக்கொண்டு வந்து, மாதோட்டத்திலிறங்கி அணிவகுத்துச் சென்று அநுராதபுரத்தை வளைந்து கொடிய யுத்தம்பண்ணி அரசனை முதுகிடச்செய்து அரசுகைக்கொண்டு அதனைத் தம்முட் பங்கிட்டு அரசியற்றிவருவாராயினர். ஆகவே சிங்கையாரியன் யாழ்ப்பாணத்தில் அரசுசெய்யத் தொடங்கிய காலத்தில் இலங்கையும் தமிழரசர் கைப்பட்டது. அவருள் ஒருவனே சிங்கையாரியன் பட்டாபிஷேகங் காணவந்திருந்தவன். இராசகுமாரர் கழகம்.

(B. C. 60.) சிங்கையாரியன் இவ்வாறு நெடுங்காலம் அரசுசெய்திறக்க அவன் மகன் குலசேகரசிங்கை ஆரியன் அரசுகைக்கொண்டான். அவன் தனது நாட்டில் குளங்கள் வாய்க்கால்களைத் திருத்தி, அநேக காடுகளையும் விளையுட்களாக்கி, அரசுக்கும் குடிகளுக்கும் வருவாய் அதிகரிக்குமாறு செய்து குடிகளையுஞ் செவ்வே பாதுகாத்து வந்தான். அவனுக்குப்பின் அவன்மகன் குலோத்துங்க சிங்கைஆரியன் அரசனானான். அவனும் அவன் தந்தையைப்போலவே நிலங்களைத் திருத்தியும் குடிகளை நல்வழியிற் செலுத்தியும் அரசுசெய்து அதிவிருத்தாப்பியதசையிலிறந்தான். குலசேகரசிங்கையாரியசக்கிரவர்த்தி. குலோத்துங்க சிங்கையாரியன்

அவனுக்குப்பின் விக்கிரமசிங்கை ஆரியன் சக்கரவர்த்தியானான். அவன்காலத்திலே வியாபாரத்தின் பொருட்டு யாழ்ப்பாணத்திற் குடிகொண்டிருந்த சிங்களருக்கும் தமிழருக்கும் சமயபேதம்பற்றி ஒரு கலகமூளச், சிங்களர் தமிழர் இருவரைக் கொன்று விக்கிரமசிங்கையாரியன். சிங்களர் கலகம்.

பலருக்குச் சீரவூறுஞ் செய்தார்கள். அக்கலகத்துக்குக் காரணனுயிருந்த புஞ்சிவண்டா வென்பவனையும் அவன் குழாத்தினர் அறுபத்தேழு பேரையுங் கொலைசெய்வித்து மற்றவர்களைச் சிறையிலிட்டொறுத்தான். அதனால் சிங்களர் அரசன்மீது வெறுப்புடையராயிருந்தும் ஒருவாறடங்கியொழுகினர்.

வரோதய சிங்கையாரியன்.

அவனுக்குப்பின் அவன்மகன வரோதய சிங்கையாரியன் சக்கரவர்த்தியானுன். அவன்காலத்திலே சிங்களர் வியாபாரத்தின்பொருட்டுத் தொகையானோர் வந்து குடிகொள்வாராயினர். அதுகண்டு அரசன தனது பிரஜைகளுள்ளே சமயதூஷணஞ் செய்து கலகம் விளைப்போர் யாவரேயாயினும் கொடியதண்டம் பெறுவர் என ஒரு விதிவகுத்துப் பிரசித்தஞ்செய்து யாவரையும் தத்தநெறிகடவாமல் ஒழுகுமாறு செய்து நெடுங்காலமரசியற்றினுன்.

மார்த்தாண்டசிங்கையாரியசக்கிரவர்த்தி.

அவனுக்குப்பின் அவன்மகன் மார்த்தாண்டசிங்கையாரியன் அரசனுனுன். அவன் அரசும் செவ்வே நடந்துவரும்போது வன்னியர் பொருமையாற் கலகங்கள் செய்யத் தலைப்பட்டனா. அதுகண்டு அரசன் அவர்களையொறுத்தடக்கி நெடுங்காலம் நல்லரசுபுரிந்தான்.

வன்னியர் குளக்கோட்டன்.

வன்னியர் வரலாறு சிறிது கூறுதும். மனுநீதிகண்ட சோழன்மகன் மகன் குளக்கோட்டன் என்பவன் திரிகோணமலையிலுள்ள சுவாமியைத் தரிசனஞ் செய்ய அங்கேசென்றுன். அப்பொழுது மலைமேலிருந்த அவ்வாலயம் பழுதுற்றிருந்தமையால் அதைப் புதுக்கிக் கோபுரங்களைத்திருத்தி அநேகமண்டபங்களையுங்கட்டி அற்புதாலங்காரமான ஆலயமாக்கினுன்.

கோணேசர்கோயில்.

அவ்வாலயம் நித்திய நைமித்திகங்களுக்கு முட்டுற்றிருந்தமையால் அதற்குவேண்டிய விளைநிலங்களை அமைத்து அந்நிலங்கள் நீர்வளம்பொருந்தி எக்காலமும் விளைவுகொடுக்குமாறு மகத்தான ஓர் ஏரியை

யும் கட்டினன். அவ்வேரியாற்பாயுநிலம் 17000 அமணவிதைப்பாடு. இத்துணைப்பெரிய கிராமத்தை விளைவிக்க மருங்கூர் முதலியவிடங்களிலிருந்து ஐம்பத்தொரு வன்னியஜாதி குடும்பத்தவர்களையும் அவர்க்குத் தலைவனகைத் தனியுண்ணுப் பூபாலவன்னியனையுமழைத்து அங்குக் குடியேற்றினன். இது நிகழ்ந்தது கலியுகம் 512 இடபமாசம் 10 ந் தேதி திங்கட்கிழமை. மற்றெவர்க்கும் எண்ணுதற்கும் செய்தற்குமரிய இப்பெரிய குளத்தையும் கோயிலையுஞ் செய்தமையால் இவ்வரசன் குளக்கோட்டன் எனப்பட்டான். கோட்டம்—கோயில்.

தனியுண்ணுப்பூபாலவன்னியன்.

இதன்பின்னர்ப் பாண்டியன் தன்மகளை விஜயனுக்குப் பாரியாக அனுப்பியபோது அவளுக்குப் பரிவாரமாக வந்தவர்களுள்ளும் வன்னியர்கள் பலர். பின்னும் வன்னியர் அறுபதின்மர் வந்தார்கள். அவர்களுள்ளே சிங்களரோடு கலந்து திசாபதிகளானர் சிலர். ஏனையர் யாழ்ப்பாண அரசுக்குட்படாத இடங்களிலே குடிகொண்டார்கள்.

பின்வந்தவன்னியர்.

யாழ்ப்பாணவரசுக் குட்படாத இடங்களாதலின் அவை அடங்காப்பற்றெனப்பட்டன. இவ்வன்னியர்கள் மதுரை, திரிசிரபுரம், தஞ்சை முதலியவிடங்களிலிருந்து நாஞசாதியிலும் வறியர்களாயிருந்த குடிகளை வரவழைத்துக் குடியேற்றினர்கள். அக்குடிகளுக்கெல்லாம் இவ்வன்னியரே ஆங்காங்கும் தலைவராய் அவர்களை ஆண்டுவந்தார்கள். வன்னியர்கள் ஆண்டுவந்தமையால் வன்னிநாடெனப்பட்டது. யானையிறவுமுதல் பவானிக்குளம் வரையும், மனனர்முதல் திரிகோணமலைவரையும் அடர்ந்தோங்கிப் பெருவனமாய்க் கிடக்கும் நாடுமுழுதும் இவ்வன்னியர்காலத்திலே செந்நெல் விளையும் வயல்களாயிருந்தது. அதனல் வன்னியர்களும் அவர்களுடைய குடிகளும் குறைவில்லாதவர்களாய் வாழ்ந்தார்கள். அச்

வன்னிக்குடியேற்றம்.

வன்னியர்அரசு.

செல்வத்தால் வன்னியர் செருக்குற்று யாழ்ப்பாண த்தரசரைப் பகைத்துமிருப்பாராயினர்.

முத்துக்குளி. மார்த்தாண்ட சிங்கையாரியன் முத்துக்குளிக்குங் கடலையுந் தனதாக்கி முத்துக்குளிப்பித்து வந்தான். அக்கடலைக் காக்குமாறு ஒரு கடற்படையும் நெடுந்தீவிலே வைத்தான். கடற்படை. அக்கடற்படைக் கதிபனுக ஒரு பரதவத்தலைவனை வைத்து அவனுக்கு வெடியரசன் என்னும் பட்டமளித்தான். (வெடியரசன்- வேடியரசன். வெளியரசன் என்பது பொருள். வெடி-வெளி.) அவன் இடங்கள்தோறும் மரக்கலங்களையும் போர்வீரர்களையும் துணைத்தலைவர்களையும் வைத்துக் காத்துவந்தான்.

கண்ணகி. இவன்காலத்திலே காவிரிப்பூம் பட்டினத்துப் பெருவணிகனுகிய மாநாய்கன் தன்மகள் கண்ணகிக்குச் சிலம்பு செய்தற்கு இரத்தினங்கொண்டுவருமாறு கரிகாற்சோழன் அநுமதியோடு மீகாமன் என்பவனையும் படைவீரரையும் ஒரு மரக்கலத்திலேற்றி அனுப்பினுன். மீகாமன் நெடுந்தீவையடைதலும், வெடியரசன் தனது அநுமதியின்றித் தனது காவலுக்குள் எப்படி வந்தாயெனச் சினந்து அவனைப் நெடுந்தீவில்யுத்தம். போருக்கழைத்து யுத்தஞ்செய்யத் தலைப்பட்டான். திருவடிநிலையிற் காவல்செய்திருந்தகடற்படையோடு வீரநாராயணனும், கீரிமலையிலிருந்த படையோடு போர்வீரகண்டனும், மயிலைப்பட்டி முதலியவிடங்களிலிருந்த ஏரிலங்குருவன் முதலிய துணைவரும் தம்மரக்கலப்படைகளோடு விரைந்துசென்று வெடியரசனுக்குத் துணையாகிக் கொடிய யுத்தஞ் செய்தும் வீரநாராயணன் உயிர்துறந்தான்.

மீகாமன் மீட்சி. அதற்கிடையில் மார்த்தாண்ட சிங்கையாரியன் தூதனுப்பிப் போரொழிவித்து, மீகாமனைமணிபுரம் போக வழிவிடுக்குமாறு ஆஞ்ஞாபிக்க, அவனும் அவ்விடஞ்சென்று மணிகள்பெற்று மீண்டான். இவ்

வரலாறு கடலோட்டுக்காதையிற் பரக்கக்காணலாம். வெடியரசனென்னும் பட்டங்கொண்டபரதவர்வமிசத்துப் பரதவர். பரதவருள் முக்கியராயிருந்தமையின் முக்கியரென்றும், பட்டங்கட்டிகளென்றும் பின்னுளில் விளங்குவாராயினர். முக்கியரும் திமிலரும் மற்றை வலைஞரிற் கடலோட்டு வல்லவர்களுமே யாழ்ப்பாணத்தரசர்க்கெல்லாம் கடற்படை செலுத்துபவர்களாயிருந்தார்கள். அவர்கள் மாலுமி சாஸ்திரத்தோடு யுத்தசாஸ்திரமுங் கற்றிருந்தார்கள். முக்கியர்.

மார்த்தாண்டசிங்கையாரியனுக்குப்பின் அவன் மகன் குணபூஷண சிங்கையாரியன் அரசுகைக்கொண்டான். அவன் தனது தந்தையிலும் சிறந்தவனுகிக் குடிகள் குறைசிறிதுமின்றி வாழுமாறு பயிர்த்தொழில் கைத்தொழில் கல்வி மூன்றையும் விருத்திபண்ணினுன். இவனே யாழ்ப்பாணத்தில் கைக்கோளரைக் காஞ்சிபுரத்திலிருந்து வரவழைத்து யாழ்ப்பாணத்தாருக்கும் இலங்கையிலுள்ளாருக்கும் வேண்டிய வஸ்திரங்களை நெய்யுமாறு செய்தவன். யாழ்ப்பாணத்திலே பருத்தி விளைவித்தவனுமிவனே. சாயவேலைக்காரரையும் சித்திரகாரரையும் வரவழைத்தவனுமிவனே. அவுரி இம்பூறல் முதலிய சாயப்பூண்டுகளை விருத்திபண்ணினவனும் இவனே. சித்திரகாரரைக்கொண்டு அரசிருக்கை மண்டபமுழுதும் சித்திரந் தீட்டுவித்துத் தோகைவிரித்தாடும் மயில்வடிவச்சிங்காசன மொன்றியற்றுவித்தவனுமிவனே. இவன் காங்கேயனென்னும் போர்வீரனைத் தொண்டைநாட்டினின்றும் வரவழைத்துத் தனது சேனைக்கெல்லாம் அதிபதியாக்கினுன். அடியார்க்கு நல்லானென்னும் பண்டிதசிரோமணியை வரவழைத்துத் தனக்கு முதல்மந்திரியாக்கினுன். அம்மந்திரியால் ஊர்கடோறும் குளங்களும் பாடசாலைகளும் அறுபத்துமூன்று நாயன்மார்க்கும் ஒருமடாலயமுமமைப்பித்தான். மந்திரி தன்பெயரால் ஒருகுளமும் இரா

குணபூஷணசிங்கையாரியசக்கிரவர்த்தி.

மயிற்சிங்காசனம்

அடியார்க்குநல்லார்.

நாயன்மார்கட்டு.

சாபெயரால் ஒருகுளமும் அமைப்பித்தான். அறுபத்துமூவர் மடமிருந்தவிடம் நாயன்மார்கட்டென வழங்குகின்றது. இராசாவின் குளம் ஆரியகுளமென வழங்குகின்றது. அடியார்க்குநல்லான் குளம் இன்றும் அவ்வாறே வழங்குவதோடு கன்னாதிட்டிக் குளமெனவும் படுகின்றது. காங்கேயன் என்னுஞ் சேனாபதி இருந்தவிடம் காங்கேயன்றுறையென் வழங்குகின்றது.

காங்கேயன்றுறை.

இவன் நெடுங்காலம் அரசாண்டிறக்க அவன் மகன் வீரோதயசிங்கையாரியன் அரசனானான். அவன்காலத்தில் வன்னியர் சிங்களரைத் துணையாகக் கொண்டு கலகங்கள் விளைப்பாராயினர். வீரோதயன் வன்மையுள்ள ஒருசிறு படையோடு சென்று அவர்நாட்டையுங் கொள்ளையிட்டு அவரையுஞ் சரண்புகுவித்தான். அவ்வளவில் வன்னியர் செருக்கொழிந்ததாயினுந் தோற்றோடிய சிங்கள அதிகாரிகள் காலந்தோறுங் கலகஞ்செய்துகொண்டுவந்தனர்.

வீரோதயசிங்கையாரியன்.

வன்னியர் கலகம்.

அக்காலத்திலே சோழன்* இலங்கைமேற் படையெடுத்துவந்து வீரோதய சிங்கையாரியனைத் துணைக்கொண்டு இலங்கையரசனாகிய வங்கநாசிகனோடு கொடிய யுத்தஞ்செய்து அவனைத் தோல்வியடைவித்து, திறையாகப் பெருநிதியும் புத்தகமண்டலமும் பன்னீராயிரங் குடிகளும் பெற்றுக்கொண்டேகினான். புத்தகமண்டலம் புத்தரது கையிலிருந்த பிக்ஷாபாத்திரம். அது புத்தரது பல்லுப்போலப் பௌத்தர்களுக்குப் பெறுதற்கரிய பெருநிதி. சோழன் வெற்றிகொண்டு மீண்டமை சிங்களருக்கு ஆறாப்புண்ணாகி அவர் மனத்தை மூன்றுவருஷம் வருத்திற்று. மூன்றாம்வருஷத்தின்மேல் இலங்கையரசனாகிய கயவாகு போரிற் சிறிதும் பின்னிடாத ஒரு பெருஞ் சேனையைத் திரட்டிக் கொண்டுபோய்ச் சோழநாட்டிற் படையேற்றிச் சோழனை வென்று இலங்கையிலிருந்து கொண்டுபோன திரவியங்களையும் பன்னீராயிரங்குடிகளையும் மீட்டதுமன்றி மேலும் பன்னீராயி

சோழன் படையேற்றம்.

பன்னீராயிரங்குடிகளைச்சிறைசெய்துமீளல்.

கயவாகு சோழநாட்டிற்படையேற்றல்.

---

* கரிகாற்சோழன்.

ரன் குடிகளைச் சிறைசெய்துகொண்டு மீண்டான். வீரோதய சிங்கையாரியன் கயவாகுவைச் சரணடைந்து திறையரசனானன். கயவாகு சோழநாட்டிலிருந்தகாலத்தில் கண்ணகியினது தெய்வத்தன்மையைக் கேட்டுணர்ந்து அவட்கு அங்கு அரசரால் விழாவணிநடாத்தல்போலத் தானும் தனது நாட்டில் அவட்குக் கோயிலமைத்து விழாவணி நடாத்தவெண்ணித் தனது நகருக்கு மீண்டவுடன் கோயிலமைத்துப் பெருவிழாச் செய்தான். (A. D. கிறிஸ்தவுறு) 115 ல் தனது நாடெங்கும் அவட்குக் கோயிலும் விழாவுஞ்செய்தல் வேண்டுமெனத் திருமுகம் விடுத்தான். அவ்வாறே யாழ்ப்பாணத்தில் வீரோதய சிங்கையாரியனும் பத்தினிக்கடவுளாகிய கண்ணகிக்கு ஊர்கடோறும் கோயிலமைத்து விழாவயர்வித்து வந்தான். வேலம்பரவையிலுள்ள கண்ணகிகோயிலே அக்காலத்திலே முதலில் அமைக்கப்பட்டது. அதற்குப்பின் கட்டப்பட்டவைகளே களையோடை அங்கணாக்கடவு முதலிய விடங்களிலுள்ளன.

வீரோதயன் திறைகொடுத்தல்.

யாழ்ப்பாணத்தில் கண்ணகிகோயில்கள்.

வீரோதயசிங்கன் நெடுங்காலமாசியற்றிச் சந்ததியின்றி இறக்க, யாழ்ப்பாணத்தரசு சிங்கள அரசர் கைப்பட்டது. அவர்கள் அக்காலத்திலே காடாய்க்கிடந்த அநேகவிடங்களைச் சிற்றூர்களாக்கி மதுரை திருச்சிராப்பள்ளி தொண்டி திருநெல்வேலி நகரங்களிலிருந்து வந்து மாதோட்டப்பகுதிகளிற் குடிகொண்டிருந்தவர்களை அங்குநின்றும் நீக்கி இங்கே குடியேற்றினார்கள். அவர்களாற் குடியேற்றப்பட்டவிடங்கள் சிங்களப்பெயரால் வழங்குகின்றன. அவை மானிப்பாய், சண்டிருப்பாய், கோப்பாய், சுன்னாகம், மல்லாகம், கொடிகாமம், சூராவத்தை, ஊத்தாவத்தை, கற்பொக்கணை, உடுவில், கோண்டாவில், கொக்குவில், மிரிசிவில்முதலியன. இவைசிங்கள அதிகாரகாலத்திலுண்டாகிய சிற்றூர்களாம். சிங்கள அரசர்காலத்திலே புத்த கோயில்களும் பாஞ்சாலை

சிங்களவரசு.

பின்னுங் குடியேற்றல்.

சிங்களச்சொல்லால்வழங்கும் ஊர்ப்பெயர்கள்.

யாழ்ப்பாணத்திலேபுத்தகோயில்.

களும் சிலவுண்டாயின. சண்டிருப்பாயிலோரிடம் இன்றும் புத்தர்கோயிலடியென வழங்குகின்றது. அவர்களால் சில சைவாலயங்களும் அழிக்கப்பட்டன. கந்தரோடையிலும் புதைந்துகிடந்த புத்த விக்கிரகமொன்று சிறிதுகாலத்துக்குமுன்னே வெளிப்பட்டது. அவர்களால் அநேக குளங்களும் வெட்டப்பட்டன. வில் என்பது சிங்களத்தில் குளம்.

சிங்களவரசர் கைப்பட்டகாலமுதல், யாழ்ப்பாணம் இடையிடையே நல்லரசராலும் நல்லதிகாரிகளாலும் ஆளப்பட்டுவந்ததாயினும், குடிகள் தமிழரசின்மையால் பெரிதும் வருந்தியிருந்தார்கள்.

பாண்டியதமாான்.

A. D. 433. பாண்டியகுமாரனும் துணைவர் நால்வரும் பெரும் படையோடு இலங்கையில் வந்து பெரும் போர்புரிந்து வெற்றிமாலை சூடி இலங்கை முழுதையுங் கவர்ந்து இருபத்தேழுவருஷம் அரசுபுரிந்தனர்.

தத்துசேனன்.

459 ல் தத்துசேனன் என்பவன் தமிழரை வேரறக் களைந்து இலங்கைக்கு ஏகசக்கிராதிபதியானான். தமிழர் வந்து தாக்காவண்ணம் ஒரு கடற்படையும் அமைத்து இலங்கையின் நாற்றிசையிலும் வைத்தான்.

சிலாகாலன்சிவாலயங்களையும்நூல்களையுமழித்தல்.

A. D. 543 ல் சிங்களவரசனாகிய சிலாகாலன் சிவாலயங்களையெல்லாந் தகர்த்துச் சைவாகமங்கள் வேதங்கள் தமிழ்நூல்கள் என அகப்பட்டவற்றையெல்லாந் தேடி எரியூட்டினான். யாழ்ப்பாணத்துத் தமிழ்ச்சங்கத்துச் சரசுவதி மகாலயத்தையுந் தேடி அக்கினிக்கிரையாக்கி அங்கிருந்த அரிய தமிழ்நூல்களையெல்லாம் சாம்பராக்கினான். இதன்பின்னர்ச் சிங்கள இராசா குடும்பங்களில் உட்பகை விளைந்து ஒருவர்க்குரியவரசை ஒருவர் கவரப் பலவகை உபாயங்களுந் தேடுவாராயினர். அதனால் தமிழருடைய சகாயம் இராசகுமாரருக்கு இன்றியமையாததாயி

ருந்தது. படைத்துணை புரியவும், படைநடத்தவும், மந்திரி, பிரதானிபதங்களுக்கும் தமிழரையே தேட வேண்டியவர்களானார்கள். அதனால் தமிழர்கள் இலங்கையில் தொகையாலும் அதிகாரத்தாலும் மேற்பட்டார்கள். ஒரொருகாலத்தில் இராசப்பிரதிநிதிகளாகவுஞ் சிலர் இருந்தார்கள். பொட்டுக்கூத்தன் என்பானொரு தமிழப்பிரபு சிங்கள அரசர் இருவருக்கு முடிசூட்டி அவரைப் பாதுகாத்து வந்தான். அவனைக் கொல்லுமாறு வஞ்சச்சூழ்ச்சிசெய்த அரசனுக்கஞ்சி அவன் தனது நண்பனொருவனுடைய வீட்டிலொளித்திருந்தான். அதனை அரசனறிந்து அந் நண்பனை வினவுமாறழைத்தபோது அவன் தன்னிடம் அடைக்கலம் புகுந்தவனைக் காட்டுதலும் தகாது, அரசனுக்குப் பொய்யுரைத்தலுந் தகாது என வெண்ணி நஞ்சுண்டுயிர்விட்டான். அஃதுணர்ந்த பொட்டுக்கூத்தனும் என்பொருட்டுயிர்விட்ட மித்திரனோடு யானும் போவேன் என்று நஞ்சருந்தி உயிர் துறந்தான். இவர்களுடைய பெருந் தகைமையும் சிநேகவியல்பும் வியக்கற்பாலன.

தமிழர் அதிகாரம்

பொட்டுக்கூத்தன்

பெருந்தகைமை.

அதன்பின்னர் வீரதேவசோழன் ஒரு படையையும் தனது சேனாபதியையும் அனுப்பி யுத்தஞ் செய்து இலங்கையைத் தனதாக்கிச் சிறிதுகாலம் திறைகொண்டான். (Tennent I. 390.)

வீரதேவ சோழன்.

மூன்றும் ஸ்ரீ. சங்கபோதி (A. D. 702) தமிழ்ப் பிரசைகளையும் சமமாக அன்புடன் ஆண்டுவந்தான். அவன் தான் புத்தசமயியேயானாலும் தனது தமிழ்ப்பிரசைகளுள்ளே வைஷ்ணவர்களு மிருந்தமையால் அவர்கள் வழிபடுதற்கு விஷ்ணுவாலயமில்லாதிருந்தமைகண்டு அவர்க்கொன்றமைத்துக் கொடுத்தான். ஊர்கள்தோறுமுள்ள சிவாலயங்களையும் பரிபாலித்துவந்தான்..

ஸ்ரீசங்கபோதி.

விஷ்ணுவாலயம்

A. D. 769 அளவில் தமிழ்ப்பிரசைகள் அதிகாரத்தால் அபிவிருத்தியுற்றவாராய் அநுராதபுரமுதல்

வடநாடெங்கும் தமதாணையே செலுத்துவாராயி
௪-ம் அக்கிரபோதி. னர். அதுகண்டு நான்காம் அக்கிரபோதி என்னுஞ்
சிங்களவரசன் புலநுவரையென வழங்கும் புலஸ்தி
யநகரத்தைத் தனக்கு ராஜதானியாக்கிக்கொண்டு
அநுராதபுரியினின்றும் நீங்கினன். நீங்க அந்நகரம்
ஒளிமழுங்கிற்று.

A. D. 840 ல் பாண்டியன் ஒரு சேனையையும்
பாண்டியன். தனது சேனாபதியையும் அனுப்பி வடக்கிலிருந்த
தமிழப் பிரதானிகளைத் துணைக்கொண்டு இலங்கை
யரசனை வென்று இலங்கை முழுதையுந்தனதாக்கித்
திறைகொள்ளப் பொருந்திக்கொண்டு பெருந்திரவி
யமுங் கவர்ந்தான். அச்சேனாபதி மீளும்பொழுது
வீரவரேந்திரன். வீரவரேந்திரன் என்பவனை வடநாடாகிய வன்னிப்
பற்றுக்கும் யாழ்ப்பாணநாட்டுக்கும் அதிபதியாக்கி
மீண்டான்.

சந்திரசேகரபாண்டியன்படைத்துணைகேட்டல். A. D. 952 ல் சந்திரசேகர பாண்டியன் சோழ
னுக்கஞ்சியோடி இலங்கைக்கு வந்தான். இலங்கை
அரசனாகிய தர்மபாலன் (Dappula) அவனை அன்
போடுபசரித்து அவனுக்கு வேண்டுவதெல்லாஞ்செ
ய்தும் படைத்துணைபுரிய இயலாதவனாயினன். அப்
பொழுது இராசகுடும்பத்திலே உட்பகையிருந்த
மையால் பிரதானிகள் படைத்துணைபுரிவது கூடா
தென்றார்கள். அதுகண்டு பாண்டியன் யாழ்ப்பாண
சயசிங்கையாரியன். த்திற் சிற்றரசுசெய்திருந்த சயசிங்கையாரியன்பாற்
சென்று அவனைப் படைத்துணை கேட்டான். அவன்
அதற்கிசைந்து ஒருசிறு படையோடு அவனைத்தொ
டர்ந்துசென்று மதுரையை வளைந்து மூன்றுநாட்
பாண்டியனுக்கு அரசுநிலையிடல். கொடிய யுத்தஞ்செய்து சோழனை வெற்றிகொண்டு
பாண்டியனுக்கு அரசு நிலையிட்டுப் பெருந் திரவிய
மும் பெருஞ் சேனையும் உபகாரமாகப் பெற்றுப் பா
நீலகண்டஐயர். ண்டியன்பால் நீலகண்டஐயர் என்னும் மந்திரியை
யும் பெற்று மதுரைச் சொக்கேசரை வழிபட்டுத்
திருச்செந்தூருக்குச் சென்று அங்கெழுந்தருளியிரு

க்கும் முருகக்கடவுளைத் தரிசித்து அருள்பெற்றுக் கொண்டு மீண்டான். மீண்டபின்னர் நீலகண்டைய ர்க்குப் புவனேகவாகு என்னும் பட்டமளித்து அவ ரைக்கொண்டு யாழ்ப்பாணத்தரசைப் பழமைபோற செவ்விதாக வகுத்து நடாத்தினன். புவனேகவாகு சிவாலயத்தையும் அரமனை முதலியவைகளையுந் திரு த்தி முன்போலலங்காரமாக்கி நல்லூரைச் சிறந்த நகரமாகப் புதுக்கி அங்கே நூதனப் பிரதிஷ்டையா கக் கந்தசுவாமிகோயிலையுங் கட்டுவித்தார்.

மந்திரிபுவனேகவாகு.

"இலகியசகாத்தமெண்ணூற்றெழுபதாமாண்டதெல்லை
யலர்பொலிமாலைமார்பனும்புவனேகவாகு
நலமிகும்யாழ்ப்பாணத்துநகரிகட்டுவித்துநல்லைக்
குலவியகந்தவேட்குக்கோயிலும்புரிவித்தானே."

(கைலாயமாலை.)

நல்லூர்ப்புறக்கோட்டையுங் கந்தசுவாமி கோயிலுங்கட்டிய காலம்.

"இலகியசகாத்தமெண்ணூற்றேழெழுபத்துநான்கி
னலர்திரிசங்கபோதியாம்புவனேகவாகு
நலமுறும்யாழ்ப்பாணத்துநகரிகட்டுவித்துநல்லூர்க்
குலவியகந்தனுர்க்குக்கோயிலொன்றமைப்பித்தானே."

(விசுவநாதசாஸ்திரியார்சம்பவக்குறிப்பு.)

சயசிங்கனும் தனது நாட்டுக்கு நெல்விளைவு முதலியன குறையாதிருக்கும்வண்ணம் காடு திருத் திப் புதுச்செய்களும் குளங்களும் வாய்க்கால்களும் இடங்கள்தோறும் மாடுகளுக்கு மேய்ச்சல்நிலங்க ளும் கேணிகளும் அமைத்து நெடுங்காலம்ரசுசெய் தான். ஊர்கடோறும் நீதிசபைகளையும் தண்டாதிகா ரிகளையும் நியமித்துக் கொலை களவு அதிக்கிரமமுத லிய தீமைகளை இல்லாதொழித்தான்.

இவன்காலத்திலே இலங்கையுள்ள சோழநாட்டு வேளாளரும் பாண்டிநாட்டுவேளாளரும் தொண் டைநாட்டுவேளாளரும் துளுவவேளாளரும் தமமு ட்கலந்து பெண்கொள்ளவும் கொடுக்கவும், இராச

சாதியாசாரம்.

குடும்பத்துக்குப்பெண்வேண்டியகாலத்தில் இந்நான்குவகுப்பு வேளாளரிடத்தும் பேதம்பாராது கொள்ளவும் இராசகட்டளையுண்டாகவேண்டுமென்றுகொல்லிமழவன் என்னும் வேளாண்பிரபு அரசன்பால் வேண்டினன். அரசன் புவனேகவாகுவோடு சூழ்ச்சிசெய்து இராசகுடும்பத்தார் வழக்கம்போலப் பட்டத்துப்பெண்ணை இராசகுடும்பத்திலும், மற்றைய பத்தினிமாரைத் தொண்டைமண்டலத்து வேளாண்முதலிகளிடத்துமே கொள்ளத்தக்கதென்றும், வேளாளர்களும் ஏனையசாதிகளும் தங்கள் தங்கள் குலத்தினுள்ளேயே கொள்ளக்கடவரென்றும், தங்கள் தங்கள் குலப்பெயர்களைச் சாசனங்களில் தப்பாதெழுதிவரக்கடவரென்றும், கட்டளைசெய்தான். வேளாண்முதலிகள் (தொண்டைமண்டலத்து வேளாளர்) கொண்டையும், சோழியவேளாளர், பாண்டிவேளாளர், துளுவவேளாளர் வேளாண்செட்டிகளும் பின்குடுமியும, கம்மாளர் பின்குடுமியும் பூணுலும மடிகச்சமில்லாதவுடையும், மற்றையசாதிகள் எல்லாம் கன்னக்குடுமியும் மலையாளத்தார் முன்குடுமியும், முதலிகள் வண்டிககடுக்கனும், மற்றைவேளாளர் முத்துக்கடுக்கனும், செட்டிகள் ஓட்டுக்கடுக்கனும், மற்றைச்சாதிகள் மெல்லிய தக்கையும் தரித்தல்வேண்டுமெனறும் கட்டளையிட்டான். இவர் இன்னவகுப்பினர் என்பது எளிதில் யாவரும் அறிந்தொழுகுவதே இதன் நோக்கமாம்.

சாதிச்சின்னந் தலைதடுமாறல்.

இம்முறையெல்லாம் தமிழரசுபோய்ப் போர்த்துக்கேய அரசுவர அதன்றுகலக்குண்டு, அதுவும்போக மேல்வந்த உலாந்த அரசால தலைதடுமாறி, இப்போதுள்ள புண்ணியவரசாகிய ஆங்கிலவரசுக்காலத்தில் தேய்ந்து மாறினவாயினும், அச்சின்னங்களிற் சில ஓரோவிடங்களில் இன்றுங் காணலாம்.

தமிழரசு போனபின்னர்த் தாழ்ந்தவகுப்பினர் மேல்வகுப்பினரைப் போலக் கொண்டைகட்டவும்

கடுக்கனணியவும் தலைப்பட்டனர். அதன்பின்னர் எல்லாரும் பின்குடுமிவைக்கத் தலைப்பட்டார்கள். இப்போது அதுவும் நாகரிகமல்லவென்று மூண்டிதத்தை மேற்கொண்டுவருகின்றனர். அதுநிற்க, இவ்வரசனே புகையிலையை யாழ்ப்பாணத்தில் முதலில் உற்பத்திபண்ணினவன். இவன் அப்பயிர்ச்செய்கையில் வல்லவர்களை மலையாளத்திலிருந்து வரவழைத்து இங்கே குடியேற்றி அதனை விருத்திசெய்தான் என்பர். இதனைப் பறங்கிகள் கொண்டுவந்தார்கள் எனவுங் கூறுவர்.

புகையிலை.

A. D. 1013 ல் சிங்களவரசனுடைய குடும்பத்தில் உட்பகை மூண்டு இருதிறப்பட்டு ஒருவரோடொருவர் யுத்தஞ்செய்வாராயினர். அப்பொழுது இலங்கையிலிருந்த தமிழ்ப் பிரதானிகளும், யாழ்ப்பாணத்தரசனுங் கூடித் திரண்டு, சிங்களவரசனுக்கு மாறுயெழுந்து பொருதாரையெல்லாம் எதிர்த்துப் பொருது, சிங்களவரசனுக்கு இராச்சியத்தைநிலையிட்டார்கள்.

தமிழர் சிங்களர்க் குத்துணை புரிதல்.

பத்துவருஷத்தின்மேல் சோழன் படையெடுத்துவந்து இலங்கைவேந்தனாகிய நான்காம மகிந்தனை வென்று சிறைசெய்து, அவனையும் அவன் குடும்பத்தையும் சோழதேசங்கொண்டு மீண்டான். சோழன்றுணைவருள் ஒருவன் புலஸ்தியநகரிலிருந்து பிரபுராசாவாக (சோழனுடைய பிரதிநிதியாக) முப்பதுவருஷம் அரசுபுரிந்தான். அப்பொழுது யாழ்ப்பாணமும் அவன்குடைக்கீழிருந்தது. (Knighton 128. 130.)

சோழ வரசு.

A. D. 1025 ல் மாமூதுகஸ்னி என்னுந் துருக்ககலககாரன் இந்தியாவில் நுழைந்து கோயில்களை இடித்து அங்கிருந்த திரவியங்களைக் கவர்ந்தும் சனங்களை வெட்டியுஞ் சிறைசெய்தும் வருத்தியகாலத்தில், அவனபடைக்கஞ்சி அநேகர் இலங்கையில் வந்

து ஒதுங்குவாராயினர். அவருட் பிராமணர் சிலர் யாழ்ப்பாணத்தில் வந்தொதுங்கினர். இவர்கள் குச்சிலியப் பிராமணரெனப்படுவர். இவர்கள் மரபினர் இவரென விசுவநாதசாஸ்திரியாரெழுதிய சம்பவக் குறிப்பினலறியலாம்.

கூர்ச்சரப் பிராமணர்.

A. D. 1164 ல் பராக்கிரமவாகுவென்னும் உத்தமவேந்தன் இலங்கைக்குச் சக்கிரவர்த்தியானன். அவன் பராக்கிரமத்தாலும், நீதியாலும், தருமத்தாலும் உயிர்கள்மேல் அருளினலும், இராஜதந்திரத்தாலும், குடிகளுக்கு வேண்டுவதையெல்லாம் நாடிச்செய்யும் ஊக்கத்தாலும், சோரா முயற்சியாலும் தனக்கு நிகர் வேறில்லாதவன். இவன் பிரமதேசத்தில் படையேற்றி அத்தேசத்தையும் தனதடிப்படுத்தியவன். பாண்டிநாட்டை வென்று திறைகொண்டவன். சோழநாட்டை வென்று அங்குந் தன்கோல் செல்ல வைத்தவன். அவன் தனது முத்திரையோடு காசு பாண்டி சோழ ஈழ மண்டலங்களெங்கும் வழங்கவைத்தவன். குளங்கள் ஏரிகள் கால்வாய்கள் ஆயிரக்கணக்காக அமைத்தவன். பௌத்தாலயங்கள் சைவாலயங்கள் எல்லாந் திருத்தி விதிப்படிநடாத்துவித்தவன். யாழ்ப்பாணத்தரசனைத் திறைகொண்டு தனது திக்குவிஜயங்களுக்கெல்லாம் துணையாகக்கொண்டவன். இவ்வரசன்காலத்திலே இராமேச்சரம் இலங்கையோடு சேர்த்தாளப்பட்டது. இவன் சோழநாட்டிலும் தனது திக்குவிஜய ஞாபகசின்னமாகப் பராக்கிரமபுரமென ஒருநகரம் வழங்குமாறுஞ் செய்தான்.

பராக்கிரமவாகு. அவன்திக்குவிஜயம். பராக்கிரமவாகு காசு.

A. D 1225 ல் மாகன் என்னுந் தமிழரசன் கலிங்கதேசத்திலிருந்து பெரும்படையோடு வந்து போர்செய்து இலங்கை முழுதையுந் தனதாக்கினன். ஈற்றில் யாழ்ப்பாணத்தையுங் கைக்கொண்டு இருபது வருஷம் அரசுசெய்து இலங்கைக் குடிகளை வருத்தி அவர்களிடத் துள்ளதெல்லாங் கவர்ந்ததுமன்றிப்

மாகன்.

பௌத்தாலயங்களையும் விகாரங்களையு மழித்தும் கன்னியர்களை மானபங்கஞ்செய்தும் நிஷ்டூரனானன்.

சயவீரசிங்கை யாரியச்சக்கிரவர்த்தி.

A. D. 1260 ல் பாண்டியகுலக் கோமகனொருவன்வந்து சயவீரசிங்கை ஆரியசக்கிரவர்த்தி எனப் பட்டமும் முடியுஞ் சூடி யாழ்ப்பாணநாட்டுக் கரசனாகி மிக்க பராக்கிரமமும் நீதியுமுடையனா யரசியற்றுவானாயினான். முத்துக்குளிக்கு முரிமையைப்பற்றி இலங்கையரசனாகிய புவனேகவாகுவுக்கும் இவனுக்கும் விவாதமுண்டாயிற்று. அதனால் இருவரும் படையெடுத்துப் பெரும்போர் செய்து தம்படைவீரர் பல்லாயிரவரை மடிவித்தனர். அவ்வளவிலும் தணியாது பொருதபொழுது சயவீரசிங்கை ஆரிய சக்கிரவர்த்தியே வெற்றிமாலை கொண்டான்.

வெற்றி.

இலங்கைமுழுதுக்கும் இவனே அரசனானான். சிங்கள அரசர்க்குச் சீவரத்தினம்போன்ற புத்தரது பல்லையுங் கவர்ந்து பாண்டியனுக்குபகரித்தான்.

புத்ததசனம்.

பன்னிரண்டு வருஷத்தின்பின் இவன் மூன்றாம் பராக்கிரமவாகுவைத் தென்பகுதி அரசனாக்கி அவனைத் திறைகொடுத்தாளும்படி பொருந்திக்கொண்டு யாழ்ப்பாணத்தில் நெடுங்காலம் நல்லரசுபுரிந்திருந்தான்.

பராக்கிரமவாகு திறைகொடுத்தல்.

பராக்கிரமவாகு பாண்டியனை வேண்டிப் புத்ததசனத்தைப்பெற்றான்.

குணவீரசிங்கை யாரியசக்கிரவர்த்தி.

சயவீரசிங்கனுக்குப்பின் குணவீரசிங்கையாரியன் அரசனானான். அவன்காலத்தில் தென்னிலங்கையரசன் வழக்கப்படி திறைகொடாது மறுக்க, இவன் அவ்வரசனைப் போரில்வென்று அநேக நாடுகளைக் கவர்ந்து யாழ்ப்பாண அரசுக்குட்படுத்தி அரசு செய்தான்.

பாண்டியனுக்குப்படைத்துணை புரிதல்.

இவனுடைய வீரத்திறலைக்கேட்டு மதுரையரசனும் படைத்துணை கேட்க, ஆங்கும் ஒருபடையை அனுப்பி அவனுக்கும் வெற்றிமாலை சூட்டி அதற்காகப் பெருந் திரவியமும் கன்னடர் சிலரையும், சிவிகையார் சிலரையும், மறவர் சிலரையும், வில்லியர் சிலரையும், வேடர் சிலரையும் பெற்றான்.

மறவர்.

மறவரை மறவன்புலவிலிருத்தினான். வே

டரை வேடுவன்கண்டியிலிருத்தினான். இவ்வரசனே தனது நகரத்துக்கும் நாட்டுக்கும் அவசியமான அநேக தொழிலாளரைக் கொணர்ந்தவன். கன்னடர் இருந்தவிடம் மாவிட்டபுரத்திலே கன்னடியதெரு வென வழங்குகின்றது.

துரும்பர் இவன் தனது நகரத்து வீதிகளைத் தினந்தோறும் சுத்திசெய்யும்பொருட்டுத் துரும்பரை (தொம்பரை) வரவழைத்து நகரத்துப் புறஞ்சேரியிலிருத்தினான். இத்துரும்பர் அந்நாளிலே பந்தங்களோடு இராப் பத்துநாழிகைக்குமேல் நகரத்து வீதிகளிற் பிரவேசித்து அவைகளை அலகிட்டுச் சுத்திசெய்து குப்பை சலதாரையழுக்கு முதலியவைகளை அகற்றுவார்கள். அவர்கள் பகற்காலத்திலே வீதியிற் பிரவேசித்தலாகாது. அதுபற்றியே அச்சாதியார் இற்றைக்கு ஐம்பதறுபது வருஷத்துக்கு முன்னும் இரவிலே வீதியிற் சூள்கொண்டு சஞ்சரிக்கும் வழக்கமுடையராயிருந்தார்கள். தமிழரசர் போயொழிந்த பின்னர்த் துரும்பர், பள்ளர் நளவர் பறையர்களுக்கு வஸ்திரம் வெளுக்கும் தொழிலை மேற்கொண்டு அதனையே செய்துவருகின்றார்கள். அவர்கள் தொழில் அசுத்தமான தொழிலாயும் அவர்கள் இயல்பிலே சுசியில்லாதவர்களாயு மிருந்தமையால் அவர்கள் பகற்காலத்திலே நகரத்துவீதிகளிலே சஞ்சரித்தலாகாதென்றும், இரவிலே சனங்கள் அடங்கியபின்னர்ப் பந்தங்களோடுமே பிரவேசித்துத் தெருக்களைச்சுத்திசெய்தல் வேண்டுமென்றும் கட்டளைபெற்றிருந்தார்கள். இராக்காலத்தில் அவர்கள் பந்தத்தோடுசெல்லவேண்டுமென்றது அப்பந்தத்தின் சூட்டினாலே அவர்கள் சரீரத்திலுள்ள அசுத்தம் நீங்குவதோடு அவர்கள் கையிட்டு வாரும் அழுக்குக் குப்பைகளிலிருந்தெழுந் துர்க்கந்தம் அவர்களைத் தாக்காமலுமிருத்தற்கேயாம். அக்காலத்திலே சுடுகாடு இடுகாடுகளுக்குப் பக்கத்தே நகரத்தழுக்குக்களைக்கொண்டுபோய்த் தினந்தோறும் தகித்தற்கு மலக்கா

டென்றும் ஒன்றிருந்தது. அங்கேயே நகரத்தழுக்கெல்லாம் கொண்டுபோய் இத்துரும்பராலே தகித்தொழிக்கப்படுவதாம். அவ்விடம் பறைச்சேரிவெளியிலிருந்தது. அதுவே துரும்பருக்குப் பழமையான இருக்கையுமாம். இந்நாள் நாகரிகத்திலும் அந்நாள் நாகரிகம் நகராரோக்கியவிஷயத்தில் சிறந்ததென்பது இதனால் துணியப்படும்.

நல்லூர். நல்லூர்நகரத்திலே ஒவ்வொரு சாதிக்கும் ஒவ்வொரு வீதியிலிருந்ததென்பது தெரிகின்றது. அந்தணர்க்கொரு தெருவும், செட்டிகளுக்கொருதெருவும், வேளாளர்க்கொருதெருவும், கன்னருக்கொருதெருவும், தட்டாருக்கொருதெருவும், கைக்கோளர்க்கொருதெருவும், சாயக்காரருக் கொருதெருவும், தையற்காரருக் கொருதெருவும், உப்புவாணிகருக்கொருதெருவும், சிவிகையார்க் கொருதெருவுமாக இப்படி அறுபத்துநான்கு தெருக்களிருந்தன. இந்நகரத்தினுள்ளே தீண்டாச்சாதிகளாகிய அம்பட்டர், வண்ணார், பள்ளர், நளவர், பறையர், துரும்பர் முதலியோருக்கு இருக்கையில்லை. அவரெல்லாம் புறஞ்சேரிகளிலேயே வசித்தார்கள். அவர்கள் தொழிலும் சரீரமும் இயல்பிலே சுத்தியில்லாதனவாயிருத்தல்பற்றிச் சுத்தியுடையராலே தீண்டத்தகாதவரானார்கள். இவ்வகையொழுக்கத்தினாலேதான் பேதிமுதலிய கொள்ளைநோய்கள் தமிழரசர்காலத்திலே இல்லாதன. இலங்கையிலே கிறிஸ்தவருஷம் (A. D.) 1816 க்குமுன் பேதியென்பது தெரியாதவொருநோயாம்.

தீண்டாச்சாதி.

திருவம்பலவன். இவ்வரசன்காலத்திலே விளங்கிய விகடகவி திருவம்பலவன். யாழ்ப்பாணத்தரசரிடத்திலே விளங்கிய விகடகவிகளுள்ளே இவன் மிக்க பெயர்படைத்தவன். மற்றையோர் பெயர் பிற்காலத்திலே கேட்கப்படாது மறைந்துபோக இவன்பெயர் மாத்திரம்

இன்றும் நின்றுலவுகின்றது. இவன் வசித்தவிடம் கோண்டாவில் என்னுங் கிராமம். இவனிருந்தமனை திருவன்புலம் என வழங்குகின்றது. இவன் மகா பண்டிதன். ஐயுருவகை எவ்வேடமுந் தரிக்க வல்லவன். எவரையும் எத்துக்க நிலையிலும் தன்வசமாக்கிக் குடர்குலுங்க நகைத்து மகிழ்ந்து கொண்டாடும்படி செய்யும் பேராற்றலுடையவன். ஒருநாள் அரசன் வேட்டைமேற் சென்றவன் உரியகாலத்தில் மீளாதிருந்தான். அதுகண்ட தேவி அரசனுக்கு யாதுசம்பவித்ததோவென்று மனம்பதைத்திருந்தாள். அஃதறிந்த திருவன் குறத்திவேடந் தரித்து அந்தப்புரஞ்சென்று குறிசொல்லி, அரசனுக்கு யாதுமிடையூறில்லை. இன்னும் இரண்டு கடிகையில்வருவார் என்று தேற்ற, தேவி அவனை அரசன் வருங்காறும் இருக்குமாறு கட்டளையிட்டாள். திருவனுமுடன்பட்டிருந்தான். அரசனும் குறத்தி சொன்ன நேரத்தில் வந்து சேர்ந்தான். அரசன் வந்தவுடன் தேவி தன்னைத் தேற்றிய குறத்தியினது சாமர்த்தியத்தையெடுத்துக்கூறிப் பரிசாக ஒரு பட்டுச்சேலையும் பத்துப் பூவராகனும் கொடுத்தாள். அரசனும் அங்கு நடந்ததைக் கேட்டு மகிழ்ந்து தானுமொரு சேலையும் பத்து வராகனுங்கொடுத்துக் குறத்திக்கு விடைகொடுத்தான். குறத்திவேடம்பூண்ட திருவன், மகாராஜாவே, குறச்சாதிப் பெண்கள் பொழுதுபோகுமுன் தங்கள் குடிசைபோய்ச் சேர்வது வழக்கம். தேவியினது கட்டளை கடக்கமாட்டாது தங்கிவிட்டேன். எனது நாயகனோ மகா கோபி. யாதுசொன்னாலுங் கேளான். அடியேனைத் தக்கதுணையோடனுப்புமாறு பிரார்த்திக்கின்றேன் என்ன, அரசன் உன் நாயகனை வரவழைத்து அவனோடுன்னை அனுப்புவேன் என்று கூறினான். திருவன் மகாராசாவே எனதுநாயகன் ஒருவருக்கும் அகப்படமாட்டான். அவன் திருவம்பலவன் என்ன, அரசனுந் தேவியும் உண்மையுணர்ந்து, இவன் நம்மையெல்லாம் மயக்

கினன் என்றதிசயித்துக் குடர்குலுங்க நகைத்து மெச்சினர்.

வருஷந்தோறும் வருஷப்பிறப்புக்கருமமுடித்த பின்னர், ஏர்மங்கலகருமத்தை அரசன் தன்பரிவாரத்தோடு பொன்னின்கலப்பையைத் தானே தோளில் தாங்கிக்கொண்டு அரமனைக்குக் கிழக்கேயுள்ள வயலிற்சென்று, தனதுநாடு நன்மழையும் நல்விளைவுமுடையதாய் விளங்கவேண்டுமென்று பிரார்த்தித்துக் கடவுளை வழிபட்டுச் செய்து முடிப்பன். அவ்விழா வணிகாணுமாறு நாற்றிசையினின்றும் பிரதானிகளும் பிரபுக்களும் வந்து கூடுவர்.

குணவீரனும் ஓராண்டில் இவ்வாறு ஏர்மங்கலமுடித்துக்கொண்டு பிரதானிகளும் பிரபுக்களும் தற்சூழ மீண்டு அரமனையையடைந்தான். அப்போது திருவன் பொய்க்கையொன்று செய்து கட்டிக்கொண்டு மூன்று கையனாய் எதிரே வந்து வணங்கினான். அரசன் இஃதென்னவென்ன, திருவன் கைவிசேஷம் என்பதை அறிவிக்க இவ்வாறு வந்தேன் என்றான். அன்றுஏர்மங்கலமுடிந்தவுடன்கைவிசேஷமுகூர்த்தம் வைக்கப்பட்டமையால் திருவன்இதுசெய்தான்என யாவரும் குடர்குலுங்க நகைத்துக்கொண்டாடினர். அரசன் திருவனுக்கே அன்று கைவிசேஷம் விசேஷமாக வழங்கிப் பின்பு ஏனையோர்க்கெல்லாம் வழங்கினான். கைவிசேஷவழக்கம் குணவீர சக்கிரவர்த்தி புதிதாக அமைத்த வழக்கம் என்றும் அக்காலமுதல் யாழ்ப்பாணத்தில் அது வழங்கிவருகின்றதென்றும் கூறுவர். கைவிசேஷம்.

குணவீரசிங்கையாரியனுக்குப்பின் அவன் தம்பி அரசனானான். (A. D. 1410) ல் அளகேசுவரன் (ஆறும்பராக்கிரமவாகுவின் சேனபதி) தான் பிறவியிலே தமிழனாயிருந்தும் சிங்கள இராசகுடும்பத்தில் அளகேசுவரன்.

விவாகஞ்செய்துகொண்டு இலங்கைக்குப் பிரபுராசாவாயினமையால் தனது இராச்சியத்துக்குச் சீவரத்தினமாகவுள்ள புத்ததசனத்தைக் கவர்ந்த ஆரியசக்கிரவர்த்தியை அடக்கவெண்ணி இருபதுவருஷமாகப்படைகூட்டியும் அரண்கள் அமைத்தும் ஆயத்தஞ்செய்துகொண்டு போருக்கு எழும்படி அறைகூவினன். ஆரியசக்கிரவர்த்தியும் போருக்காயத்தனாகிப் பெருநீர்ப்படையோடும் நிலப்படையோடும் அளகேசுவரனுடைய இராசதானியை நோக்கிப்போய்க்

ஆரியசக்கிரவர்த்தியோடு யுத்தம்.

கொழும்பிலும் பாணந்துறையிலும் சேனைகளையிறக்கி அவனுடைய சேனையை எதிர்த்து வீரத்திறலோடு யுத்தஞ்செய்தான். அளகேசுவரன் ஆரியசக்கிரவர்த்தி சேனைகளையெல்லாம் நெருப்பினையெதிர்த்த பஞ்சாக்கினன். ஆரியசக்கிரவர்த்தி முதுகிட்டு யாழ்

பிலத்துவாரம்.

ப்பாணத்தை அடைந்து தொண்டைமானாற்றருகேயுள்ள பிலத்துவாரமண்டபத்தில் ஒளித்தான். பிலத்துவாரவாயிலிலே ஒரு மண்டபமும் சிறுமாளிகையுமிருந்தன. இப்பிலத்துவாரம் ஆபத்துக்குதவுமாறு முன் தமிழரசரால் அமைத்துவைக்கப்பட்டது. இதன் உள்வாய் சுண்ணந்தீற்றிச் சித்திரமெழுதப்பட்டிருந்ததென்பர். அதுவும் மண்டபமும் பிற்காலத்தில் சிதைக்கப்பட்டனவாயினும் பிலம் இன்றுமிருக்கின்றது. அது மண்டபமென்னும் பெயரால் வழங்குகின்றது. பராக்கிரமவாகுமகன் அவனைத் தொடர்ந்து சென்று நல்லூரை வளைந்து எதிர்த்த சேனையையெல்லாம் வாள்வீரரைக்கொண்டு சங்காரஞ்

ஆரியசக்கிரவர்த்தி கொலையுண்டது.

செய்து நகரத்து வீதிகளையெல்லாம் இரத்தவெள்ளம் பாயும் ஆறுகளாக்கி முடிவில் அரசனையுந் தேடிக்கொன்று அவன் மனைவிமக்களைச் சிறைசெய்துகொண்டுபோய்த் தனது தந்தையிடம் ஒப்புவித்தான்.

பராக்கிரமவாகு மகன்.

அதன்மேல் அக்குமாரனே யாழ்ப்பாணத்துக்கு அரசனாகிச் சிறிதுகாலம் அரசுசெய்தான் என ராஜாவளி என்னுநூல் கூறுகின்றது. இவ்வாரிய சக்

கிரவர்த்தியின் இயற்பெயர் விளங்கவில்லை. அதன் மேல் குணவீரசிங்கையாரியன் இறக்கும்போது கைக்குழந்தையாயிருந்த கனகசூரிய சிங்கையாரியன் அவனை வென்று சக்கிரவர்த்தியானன். இயல்பிலே இவன் தெய்வபக்தியும் சீவகாருண்ணியமுமுடையவன். குடிகள் செய்யும் பிழைகளைப் பலமுறைபொறுப்பவன். அதனால் வன்னியர் சிங்களரைத் துணைக்கொண்டு அவனைக் கொலைசெய்ய முயன்றார்கள். ஓரிரவு சேனுபதியையும் தம்வசமாக்கிக்கொண்டு அவர்கள் ஆயுதபாணிகளாய் அரமனைக்குள் நுழைந்தார்கள். அஃதுணர்ந்து அரசன் தன் தேவியையும் புத்திரர் இருவரையுங் கொண்டு அரமனைப் புறக்கதவாலோடித் தோணியேறிப் போய்த் தொண்டைநாட்டிலுள்ள திருக்கோவலூரை யடைந்தான். அங்கே அவன் தனது பிள்ளைகளை ஒரு வித்தியாகுருவிடமொப்புவித்துத் தன் பத்தினியோடு காசியாத்திரைமேற் சென்றுன். அங்கே விசுவநாத சுவாமியையும் விசாலாகூஷியையுந் தரிசித்து வணங்கிக்கொண்டு, மீண்டு தெற்கிலுள்ள தலங்களைத் தரிசித்துத் திருக்கோகர்ணத்தையடைந்து அங்கே பதினொருவருஷந் தவங்கிடந்தான். ஒருநாள் அவனுக்குச் சுவாமி வெளிப்பட்டு "இனி உனதுகருத்து நிறைவேறும்" என்றருளிச்செய்தனர். அதுகேட்டு அவன் மனம் பூரித்துச் சுவாமியை வணங்கி மீண்டு மதுரையையடைந்து அங்குள்ள அரசர்களிடத்துப் படைத்துணையும் பொருளும் பெற்றுக்கொண்டு திருக்கோவலூருக்குச்சென்றுன். புத்திரரைக் கண்டான். புத்திரருந் தந்தைதாயிருவரையுந் தழுவி, "இனி எமது இராச்சியத்துக்கு மீளுவோம் அரசைப் போர்செய்து மீட்ப்போம்" என்றனர். அதுகேட்டு ஆநந்தமீதூரப்பெற்ற தந்தை, தனது புத்திரரை வளர்த்து ஏனையகல்வித்துறைகளோடு வில்வித்தை முதலிய துறைகளையும் கற்பித்த ஆசிரியனுக்கு முகமனுரைத்துத் தகூஷிணையுங் கொடுத்து அவன்பால் விடைகொண்டு

கனகசூரியசிங்கையாரியசக்கிரவர்த்தி.

காசியாத்திரை.

திருவருள் பேறல்.

படைத்துணை.

புத்திரரோடு மீளல்.

புத்திரரை அழைத்துக்கொண்டு யாழ்ப்பாணத்துக்கு மீண்டான். இதற்கிடையில் பதினேழுவருஷம் அரசுசெய்த விஜயவாகு சிங்களக்குடிகளை வரவழைத்து அவர்களுக்குப் பலவகை அதிகாரங்களையுங் கொடுத்துப் பௌத்தமதத்தையும் சிங்களவுடைநடையையும் விருத்திபண்ணித் தமிழ்க்குடிகளை உபேக்ஷித் தரசியற்றியதோடு கொடிய வரிகளும் வாங்கி யாழ்ப்பாணத்தை வருத்திவந்தான். இவனால் வருத்தமுற்றிருந்த தமிழ்க்குடிகள் கனகசூரியசிங்கையாரியன் பெரும்படையோடு மேலைவாயிலில் வந்தானெனக் கேட்டு, இன்றோடெமது பீழை தீர்ந்ததென்றெண்ணி ஆநந்தக்கூத்தாடினர். விஜயவாகு தனது சேனையை விரைந்து திரட்டி அணிவகுத்துக் கொண்டெதிர்த்தான். சிறிதுநேரம் இருதிறச்சேனையும் எதிர்த்து ஒன்றற்கொன்று தோல்வியின்றிக் கொடிய யுத்தஞ்செய்தபோது கனகசூரியசிங்கையாரியன் மூத்தகுமாரன் பரராசசேகரன் வாட்படை தாங்கி விஜயவாகுவினது சேனையுட் புகுந்தான். புகுந்தவன் வாள்வித்தையைக் கண்ட விஜயவாகு சேனை முதுகிட்டது. அதுகண்டு விஜயவாகுவும் ஒரு வாளாயுதத்தைக் கையிலே தாங்கிக்கொண்டு பகைவர்சேனையுட் புகுந்தான். பரராஜசிங்கன் அதுகண்டு தன்னை வளைந்த சிறுபடையைப் பிளந்துகொண்டு சிங்கம்போற் பாய்ந்து விஜயவாகுவை விண்ணுலகடைவித்தான். அவ்வளவில் சிங்கள வீரரெல்லாம் ஓட்டெடுக்க வெற்றிமாலை தமிழரசனுக்காயிற்று.

விஜயவாகு.

யுத்தம்.

பரராஜசிங்கன் வெற்றி.

அதன்மேற் கனகசூரிய சிங்கையாரிய சக்கிரவர்த்திநகரமும் நாடும் வாழ்த்திவணங்கச் சிங்காசனபதியானான். சிங்களப் பிரதானிகளும் அதிகாரிகளும் சிங்களக்குடிகளும் வன்னியரும் ஊரைவிட்டகன்றார்கள். கனகசூரிய சிங்கையாரியன் மந்திரி பிரதானிகளைத் தனது மகன் பரராசசேகரனோடுசாவி நியமித்துச் செங்கோல் செலுத்தினான்.

கனகசூரியன் அரசுமீட்டது.

இவன் முன் பகைவருக்கஞ்சி இரவிலோட முயன்றபோது தன்னையும் மனைவியையும் புத்திரனையும் பகைவர்கைப்படாவண்ணம் காத்துப் பல்லக்கிலிட்டு மிக்கவிரைவிற் கொண்டுபோய்க் களவிற்றோணியேற்றிய சிவிகைத்தலைவனை வரவழைத்து "நீ எம்மிடத்து மிக்க விசுவாசமுடையனாயிருந்தமையால் உன்னை எனது புத்திரனாகப் பாவித்தாம். அதற்கறிகுறியாக அப்புத்திரன்பெயரை உனக்குப் பட்டமாகத் தந்தாம். இனிமேல் உன்பெயர் பரராசசேகரக்கூறியான் என வழங்குவதாக" என்று ஆஞ்ஞாபித்து, நீ ஒரு மூச்சிலோடி எல்லையிடும் இடத்தையுமுனக்கு மானியமாக வழங்கினோமென்றான். அவனவ்வாறோடிப் பெற்றவிடமே சிவியாதெருவென்பர். கூறியான் இராசாவரவுகூறிச் சிவிகைமுன்செல்லுங் கட்டியங்காரன். அரசன் தன்னை மீளவும் பட்டம்பெற்றாளுதற் கநுகூலமாகத் தோணியேற்றிச் சென்ற முக்கியத்தலைவனுக்குப் பட்டங்கட்டியென்னும் வரிசைப்பெயரீந்தான். கனகசூரியசிங்கையாரியசக்கிரவர்த்தி தனக்கு மூப்புந் தளர்வும் வந்தது கண்டு தன் மகன் பரராசசேகரனுக்கு முடி சூட்டினான். இளைய குமாரனாகிய சகராசசேகரனை இளவாசனாக்கினான்.

பரராசசேகரக் கூறியான் எனும்பட்டம்.

சிவியா தெரு.

பட்டங்கட்டி எனும்பட்டம்

பரராசசேகரன் முடிசூடமுன் சோழராசன் புத்திரியாகிய இராசலக்குமியை விவாகஞ்செய்தான். இரண்டாம் பத்தினியாகப் பாண்டிமழவன் மரபில் வந்த அரசகேசரியினது புத்திரியாகிய வள்ளியம்மையை மணம்புரிந்தான். வைப்பாட்டியாக மணக்குடியிலிருந்து மங்கத்தம்மாள் என்பவளையுங்கொணர்ந்தான். அவன் முடிசூடியபின் பட்டத்துத்தேவி வயிற்றில் சிங்கவாகு பண்டாரம் என இருவர் புத்திரர் பிறந்தார்கள். வள்ளியம்மைவயிற்றில் பரநிருபசிங்கனும், அவன் தம்பியர் இருவரும் ஒருபெண்ணும் பிறந்தார்கள். மங்கத்தம்மாள் வயிற்றில் சங்கிலியென்றொரு புத்திரனும் பரவையென்றொரு புத்-

பரராசசேகரன்

சிங்கவாகுபண்டாரம்.

சங்கிலி.

திரியும் பிறந்தார்கள். அரசன் இப்புத்திரரையெல்லாம் அன்போடு வளர்த்துக் கல்வியிலும் யுத்தவித்தையிலும் வல்லவர்களாக்கினான். அவருள் சங்கிலியென்பவன் ஆண்மையிலும் படைக்கலப்பயிற்சியிலும் சிறந்து சாதுரியமும் கபடோபாயமும் வல்லவனாய் விளங்கினான்.

சகராச சேகரன்.

ஊர்தோறும் பாடசாலைகள்.

சரசுவதி மகாலயம்.

நூல்களை இயற்றுவித்தல்.

சகராசசேகரன் கல்வித்துறையெல்லாம் கடைபோகக் கற்ற மகாபண்டிதன். அவன் ஊர்கடோறும் பாடசாலைகள் அமைத்து அங்கே சிறுவர்களையெல்லாம் கல்விபயில்வித்தான். சோழ பாண்டி தொண்டைமண்டலங்களினின்றும் பண்டிதர்களை வரவழைத்து ஈழநாட்டிலுள்ள புலவர்களோடு நல்லூரில் ஒரு தமிழ்ச்சங்கம் அமைத்தான். யாழ்ப்பாணத்திலிருந்த சரசுவதிமகாலயத்தில் இல்லாத வடமொழி தென்மொழி நூல்களையெல்லாம் தமிழ்நாட்டினின்றும் வரவழைத்து வைத்தான். அநேக நூல்களைப் பண்டிதர்களைக்கொண்டு புதிதாக இயற்றுவித்தான். அவர்க்குப் பரிசிலும் வழங்கினான். பரநிருபசிங்கன் சகோதரியை மணம்புரிந்தவனும் வித்துவ சிரோமணியுமாகிய யசகேசரி (அரசகேசரி) யைக்கொண்டு

இரகுவமிசம்.

இரகுவமிசமென்னும் வடமொழி நூலை, அஃதியற்றிய காளிதாசன் கீர்த்திப்பிரகாசமும் மழுங்குமாறு பொருளாழமும் சொல்வனப்பும் வர்ணனைகளும் மிக்குப்பொலிய மொழிபெயர்த்து விருத்தப்பாவாற் பாடுவித்தான். அதனை நல்லூர்ச் சங்கத்தில் அரங்கேற்றிப் பின்னர்த் தமிழ்நாட்டிலும் பிரசித்தியெய்துவிக்கவேண்டித் திருவாரூர்ச் சங்கத்திலும் அரங்கேற்றி அச்சங்கத்தாரெல்லாம் சிரமிசைக்கொண்டு

சகராச சேகரம்.

பரராச சேகரம்.

பாராட்டச்செய்தான். தானும் சகராசசேகரமென்னுமொரு சோதிடநூலை விருத்தப்பாவாற் செய்தான். பரராசசேகரமென ஒரு வைத்தியநூலும் தனது தமயனாகிய அரசன்பெயரினாலியற்றி அவனுக்குச் சமர்ப்பித்து அவன் பெயரையும் வியாபிக்கச்

செய்தான். வித்தியாவிஷயமாக அடிக்கடி இராமேச்சரஞ்சென்று அங்கே பண்டிதர்களோடு கலந்து மீளுவான். இவன்செய்தி இங்ஙனமாக.

பரராசசேகரசிங்கையாரிய சக்கிரவர்த்தி தனது அரசியற்கருமத்திற் கண்ணுங்கருத்துமுடையனாயிருந்தான். அவன் நீதியும் பராக்கிரமமுமுடையவன். அவன் யாழ்ப்பாணத்தை முப்பத்திரண்டு வட்டமாகப் பிரித்து முப்பத்திரண்டு தண்டாதிகாரிகளையும் அவ்விடங்கடோறும் வியவகாரவிசாரணைக்கு ஐந்து பிரபுக்கள் கூடிய பஞ்சாயமெனப்படுஞ் சபைகளையும் தாபித்தான். சேனைகளையும் கடற்படையையும் பலப்படுத்திக் கிரமமாக அரசுசெய்து வந்தான். யாழ்ப்பாணத்திலே ஒரு பெரிய அன்னசத்திரம் பரராசசேகரனாலும் இராமேச்சரத்திலே ஓரன்னசத்திரம் சகராசசேகரனாலு மமைக்கப்பட்டன.

முப்பத்திரண்டுவட்டம்.

பஞ்சாயம்.

அன்னசத்திரம்.

சகராசசேகரன் பரராசசேகரனைக்கொண்டு கிராமங்கள்தோறும் வைத்தியசாலைகளமைத்து அங்கே, குடிகளுக்குமாத்திரமன்று ஆடுமாடுகளுக்கும் மருந்துமுணவுங்கொடுத்துவருமாறுசெய்தான். அவ்வைத்தியசாலைகளுக்கு வேண்டும் மருந்துகள் மூலிகைகள் எல்லாம் சகராசசேகரன் தனது அரமனையிலிருந்து காலந்தோறும் அனுப்பிவந்தான். மூலிகைகளையெல்லாம் தனது சிங்காரத் தோட்டத்தருகே ஒரு தோட்டம் வகுத்து அங்கே உற்பத்திபண்ணிப் பாதுகாத்துவந்தான். இமயத்திலிருந்தும் அநேக மூலிகைகளை எடுப்பித்து நாட்டி வளர்த்தான். அத்தோட்டத்துக்கு மருத்துமாமலைவனமெனப் பெயருமிட்டான். அது கள்ளியங்காட்டிலிருந்தது. அங்குற்பத்திசெய்யப்பட்ட ஓரினவாழை இன்றும் மருத்துமாமலைவாழையெனப்படும். இலங்கையின் மற்றெப்பகுதியிலும் அகப்படாத சில மூலிகைகள் அவ்விடத்தில் இன்றும் அகப்படுகின்றனவென்பர்.

வைத்தியசாலை.

மருத்துமாமலைவனம்.

இப்படிப் பராசசேகரன் அரசுசெய்துவருகையில் சுபதிருஷ்டமுனிவரென்பவர் அவன் சபைககு வந்தார். அவன் எழுந்தெதிர்கொண்டு வணங்கி

சுபதிருஷ்டமுனிவர்.

அவரையுபசரித்திருத்தியபின் அவரைப் பார்த்து, "அடியேன் இவ்விராச்சியத்துக்கு இனி யாது நிகழுமென்றறியப் பேராசையுடையேன். தேவரீர் திரிகாலமுமுணர்ந்த மூர்த்தியாதலின் திருவாய்மலர்ந்தருளவேண்டும்" என்று விண்ணப்பஞ் செய்தான். அவர் அரசனை நோக்கி, "புருஷோத்தம, நீ புண்ணியவான், நீ இருக்கும்வரைக்கும் உன்னுடைய அரசு

வருங்காலநிகழ்ச்சி.

குறைவின்றி நடக்கும். அதன்மேல் உனது மூத்த குமாரன் நஞ்சூட்டிக் கொல்லப்படுவான். இரண்டாங்குமாரன் வெட்டுண்டிறப்பான். இரண்டாம்பத்தினி வயிற்றிற் பிறந்தவன் சங்கிலியின் மாயவலைக்குட்பட்டு அரசை அவன்கையிற் கொடுத்திடுவான். சங்கிலி கொடுங்கோலோச்சித் தன்னரசை அந்நிய தேசவாசிகளாகிய பறங்கியர்கைக்கொடுத்திறப்பன். பறங்கிகள் சிவாலயங்களை அழித்துத் தமது சமயத்தைப் பரப்பிக் கொடுங்கோலோச்சி நாற்பது வருஷம் ஆளுவர். அவரை ஒல்லாந்தர் வென்று சமயவிஷயத்தில் அவரைப்போற் கொடியராகி நூற்றிருபது வருடம் அரசுசெய்வர். அதன்மேல் மற்றொருதேசத்தார் (புகைக்கண்ணர்—ஆங்கிலேயர்.) வந்து ஒல்லாந்தரை ஓட்டி நீதியாக அரசுசெய்வர். உன் சந்ததிக்கு அரசு ஒருகாலத்தும் மீள்வதில்லை" என்றார். இதுவே சாரமான கல்வெட்டொன்று திரிகோணமலைத் தம்பத்திலுமுள்ளது. அது மிகவும் பழமையானது. பிற்காலத்தாரால் ஏடுகளில் மாற்றப்பட்டுத்

கல்வெட்டு.

திரிபுபெற்றுள்ள வைபவமாலைக் கூற்றுப்போல்வதன்று.

* "முன்னாட்குளக்கோட்டன்மூட்டுந்திருப்பணியைப்
பின்னாட்பறங்கிபிடிப்பானே—பொன்னாரும்
பூனைக்கண்செங்கண்புகைக்கண்ணர்போய்மாற
மானேவடுகாய்விடும்."

* இதனை வையா (வையாபுரி ஐயர்) பாடல் என்பர். வையாபுரிபாடல் பொய்யாதென்பது பழமொழி. வையாபுரி ஐயரென்பது அவர் இயற்பெயர். அவர் பிராமண சந்நியாசி. அவர் சுபதிருஷ்டர் சீடராகிய சித்தையர் என்பவருக்குச் சீடர். சித்தையர் இருந்து தவஞ்செய்தவிடம் சித்தன்கேணியென வழங்குகின்றது. சித்தன்கேணிக் கிராமத்திலே அவர் இருக்கும்வரையில் விஷப்பாம்புகள் செல்லுவதும் விஷந்தீண்டியிறப்பவரும் இல்லையாம். வையாபுரி ஐயர்சீடர் கோவியத்திருமேனியுடைய கொற்றனார்.

அவர்சீடர் பெரியதம்பிஐயர். அவர்கொற்றனார் கொடுத்த மூலிகையை உண்டு நரை திரை மூப்பின்றி நூற்றிருபதுவயசில் இளமையோடிறந்தவர். அவருக்கு நான்கு பார்ப்பாரப் பெண்களும், நான்கு வேளாளப்பெண்களும், நான்கு கோவியப் பெண்களுமாகப் பன்னிருவர் பத்தினிமார் ஏககாலத்திலிருந்தார்கள். இவருடைய அற்புத இளமையை நோக்கியே "பெரியதம்பி ஐயர் வாலிபத்திலே" என்னும் பழமொழி வழங்குவதாயிற்று. பெரியதம்பி ஐயர் இருந்த வீடு வண்ணைச் சிவன்கோயிலுக்குத் தென்பாரிசத்தில் இன்றுமிருக்கின்றது. அவர் சந்ததியாருமங்கேயிருக்கின்றார்கள்.

ஆங்கிலேய அரசு நீங்குமெல்லையிற் கைலாயநாதர் கோயில் முன்போலப் புதிதாக அமைக்கப்படுமென்றும், அதுவே அதற்கறிகுறியாமென்றும், அம்முனிவர் கூறினாரெனவுங் கூறப்பட்டிருக்கின்றது. வடுகர் என்றது தெலுங்கரையன்று. பூனைக்கண்ணர் செங்கண்ணர் புகைக்கண்ணர் என்று ஒவ்வொரு சாதிமக்களைக் குறிசெய்திருத்தலால் வடுகென்பதும் ஒரு குறியாதல்வேண்டும். வடுகென்றது குறள்வடிவுடைய சாதியாரைப்போலும்.

பிருகதீசுவரன் கோயிற் றூபிக்குறிப்பு.

தஞ்சாவூர்ப் பிருகதீசுவரன் கோயிற் கர்ப்பக்கிருகத்துத் தூபியிலே * உருநாட்டு வேலைப்பந்தியிலே தமிழரசர்களுடைய உருவவரிசை யிறுதியிலே நான்குசாதியரசருடைய வடிவம் அமைக்கப்பட்டிருக்கின்றன. அவற்றுள் தொப்பிக்காரர் வடிவமும் ஒரு குறள்வடிவமுமிருக்கின்றன. இத்தொப்பிக்காரரது வருகையை, இற்றைக்கு ஆயிரம் வருஷத்துக்குமுன்னே இத்தூபியை அமைத்த தபதி உணர்ந்து சித்திரித்தது பேரதிசயத்துக்கிடமாயிருக்கின்றது. இதுவும் இக்கல்வெட்டை வலியுறுத்துகின்றது. ஐரோப்பியர் இந்தியா இலங்கைப் பகுதிகளுக்கு இற்றைக்கு நானூறு வருஷத்துக்குமுன் அஃதாவது (A. D. 1505) ல் வந்தார்கள். அதற்கு முன்னர் அவர்களுடைய வடிவம் இதுவென்று இந்திய இலங்கை வாசிகள் கனவிலும் அறியார்கள். அங்ஙனமாகவும் ஆயிரம் வருஷத்துக்கு முன்னர் உணர்ந்து அவர் வடிவத்தைத் தீட்டிய தபதியின் செய்கை நம்மவர்க்கு மாத்திரமன்று, அதனைக் காணும் ஐரோப்பியர்க்கும் அதிசயம் பிறப்பிக்கின்றது. அதுநிற்க.

அவ்வருங்காலசம்பவத்தை முனிவர் கூற, அதனைக் கேட்டிருந்த அரசன் சிறிதுஞ் சஞ்சலப்படாது, "விதி அதுவாயின் அதனைக் கடக்கவுந் தடுக்கவும் யாவராலாகும்" என்று கூறி அவரை வணங்கி வழிவிடுக்க, அவரும் அவனை வாழ்த்திப் போனார்.

சங்கிலி.

அதன்பின்னர்ச் சங்கிலி தனது துஷ்டத்துணைவரோடுசூழ்ச்சிசெய்து, பரராசசேகரனுடைய மூத்தபுத்திரனாகிய சிங்கவாகுவைக் கொலைசெய்துவிட்டால் அரசு தனக்குரியதாய் விடுமென்று துணிந்தான். துணிந்தபடி சமயம்பார்த்திருந்து ஒருநாள் நஞ்

---

* இதுபோலச் சிறந்த தூபி தென்னிந்தியாவில் இல்லை. இதன் உயரம் 195 அடி. இஃது ஆயிரம் வருஷத்துக்குமுன்னே கட்டப்பட்டது. Tanjore Gazetteer.

சிட்டுக் கொன்றான். சங்கிலியினது செயலென ஒருவருஞ் சந்தேகங்கொள்ளவில்லை. அரசன் தனது இளையகுமாரனாகிய பண்டாரத்தை இளவரசனாக்கி அவனிடத்தில் அரசை ஒப்புவித்து மூத்தமகன் இறந்த சோகத்தை மாற்றுமாறு தீர்த்தயாத்திரைமேற் சென்று கும்பகோணத்தையடைந்தான். அப்பொழுது மகாமக காலமாயிருந்தமையால் சோழனும் அங்கே போனான். பரராஜசேகரனோடு போயிருந்த சங்கிலி தனது இரதத்திலேறி உலாமேற்சென்று மீளும்போது சோழனுடைய இரதம் எதிர்ப்பட்டது. சங்கிலி தனது இரதத்தை விட்டிறங்கிச் சோழனுக்குச் செய்யவேண்டிய வழிபாடுகளைச் செய்யாமலும்

சிங்கவாகுவைநஞ்சூட்டிக் கொன்றது.

பண்டாரம்.

அரசன் கும்பகோணம்போதல்.

1. 2. 3. 4.

1. பரராசசேகரராசா. 2. பண்டாரம்.
3. பரநிருபசிங்கம். 4. சங்கிலி.

வழிவிலகாமலும் இரதத்தை எதிரே நிறுத்திச் சோழனை வழிவிடச் சொன்னான். சோழன் சங்கிலியினது

சங்கிலி சிறைப் படல். பரராச சேகரன் சிறைப் படல்.

விபரீத வொழுகத்தைக் கண்டு கோபங்கொண்டு அவனைப் பிடித்துச் சிறையிலிடுவித்தான். அதுகேட்டுப் பரராசசேகரன் சோழன்பாற்சென்று அவனை விடும்படி கேட்டான். சோழன் "உன் வைப்பாட்டி மகனைக்கொண்டு என்னை அவமதித்தாய்" என்று சினந்து அவனையுஞ் சிறையிலிடுவித்தான்.

பரநிருப சிங்கன் சோழனைச்சிறையிலிட்டுத்தந்தைதம்பியரை மீட்டது.

அதுகேட்டுப் பரநிருபசிங்கன் தான் கொண்டு சென்ற படையைத் திரட்டிக்கொண்டுபோய்ச் சோழனைப் போருக்கழைத்தான். சோழனும் போருக்கெழுந்து மூன்றுநாள் யுத்தஞ் செய்தான். நான்காநாள் பரநிருபசிங்கன் தனது சரீரத்திலே மூன்றுகாயசேதம் பெற்றும் மிக்க சூரத்தோடு யுத்தஞ்செய்து சோழனைச் சிறைசெய்து தனது தந்தையோடு தம்பியையுஞ் சிறைமீட்டான். மூன்று மாசத்தின் மேல் சோழனைப பரராசசேகரனுக்குத் திறையரசனாக்கி அவனைச் சிறைவிடுத்துப் பெருந்திரவியத்தோடும் புதுச்சேனையோடும் மீண்டான். சோழனும் நெடுங்காலம் திறைகொடுத்துவந்தான்.

சோழன் திறை கொடுத்தல்.

பரராசசேகரன் நல்லூருக்கு மீண்டவுடன் பரநிருபசிங்கன் காட்டிய பராக்கிரமத்துக்காக அவனை மெச்சி, அவனுக்குக் கள்ளியங்காடு, சண்டிருப்பாய், அராலி, அச்சுவேலி, உடுப்பிட்டி, கச்சாய், மல்லாகம் என்னும் ஏழு கிராமங்களையுந் தாமிரசாசனஞ்செய்து கொடுத்து அக்கிராமங்களுக்கு அதிபதியாக்கி அநேக இராசவரிசைகளுமீந்தான். அது சங்கிலிமனத்திடை ஆறாவழலை மூட்டிவிட்டது. மூட்டியுங் காட்டாதொழுகினன்.

பரநிருப சிங்கனை ஏழ்ராதிப னாக்கல்.

பரநிருபசிங்கன் வைத்தியத்தில் மகாபண்டிதன். அவன் புகழைக் கேட்டு இலங்கையரசன், "எனது தேவியை நெடுங்காலம் வருத்தும் கொடிய சூலைநோயை இதுகண்டவுடன் வந்து தீர்த்துப்போகவேண்டும்" என்று அவனுக்கு நிருபம் அனுப்பி

இலங்கையரசன்தேவிக்குச் சூலைதீர்த்தல்.

ஞன். அவன் உடனே சென்று ஒருநேரமருந்தினால் அந்நோயைத் தீர்த்தான். அரசன் "இவ்விலங்கையிலும் தென்னாட்டிலுமுள்ள வைத்தியசிகாமணிகளையெல்லாம் தலைகுனியவைத்த இக்கொடிய சூலையைத் தீர்த்த உனது சாமர்த்தியம் மெச்சத்தக்கது. உனது பெயர் இனிமேல் பரநிருபசிங்கவைத்தியராசேந்திரன் என வழங்குவதாக" என்று கூறி அநேக கவரிசைகளும் யானைகளும் இரத்தினச்சிவிகையுங் கொடுத்தான். அவைகளைப் பெற்றுக்கொண்டு பரநிருபசிங்கன் மீண்டு யாழ்ப்பாணத்தையடைந்தான்.

சங்கிலி பண்டாரத்தைக் கொன்று அரசனாதல்.

இஃதிங்ஙனமாக, சங்கிலி பரநிருபசிங்கன் வர முன்னே பண்டாரசக்கிரவர்த்தியைக் கொலைசெய்து அரசைத் தான் கவர்ந்துகொள்ள எண்ணி, ஒருநாள் பண்டாரம் பூந்தோட்டத்திலே நிராயுதனாய்த் தனிமையே உலாவி நின்றதைக்கண்டு ஓடி அவனை வெட்டிக்கொன்றுவிட்டு அரசைக் கைக்கொண்டான். முதுமையாலே தளர்ந்த தந்தையாகிய பரராசசேகரனும் அவனுக்கு அஞ்சி எதிர்பேசாதிருந்தான்.

பரநிருபசிங்கன் வந்தவுடன் இச்செய்தியறிந்து கோபாவேசங்கொண்டு வாளையுருவிப் போருக்கெழுந்தான். அதுகண்டு சங்கிலி அவன் பாதங்களில் வீழ்ந்து வணங்கி, "ஐயகேள்! யான்செய்தது பிழையேயாயினும் அதுசெய்தமைக்கு நியாயமுண்டு. உனது அற்றமுணர்ந்து வன்னியர்கள் அண்ணனை (பண்டாரத்தை) க் கொலைசெய்து, பின் என்னையும் எமது தந்தையையுஞ் சிறைசெய்து அரசுகைக்கொள்ள வஞ்சச்சூழ்ச்சிசெய்து செய்த ஆயத்தங்களைக் கண்டு, அண்ணனுக்கதனை விண்ணப்பஞ்செய்தேன். அவர் அதனை நம்பாது நடந்தனர். ஏற்ற காலம்பார்த்து வஞ்சவன்னியர்கள் அவர் தமியராய் நந்தவனத்தில் நின்றபோது அவரைக்கொன்றார்கள். பின்னர்த் தந்தையைச் சிறைசெய்ய முயன்றபோது

அவர்களை யான் தமயனுய் எதிர்த்து வாளுருவி ஒட்டிவிட்டுத் "தந்தையாரது தளர்ச்சியைக் கண்டன்றே இவர்கள் இவ்வாறு துணிந்தார்" என நினைத்து யான் அரசு கைக்கொண்டேன். உனதநுமதியின்றி அரசுகைக்கொண்டது உனது நன்மையை நோக்கியேயாம். அதுவே யான்செய்த பிழை; அதனைப் பொறுத்தருள். இனி நாமிருவேமும் ஒத்தரசுசெய்வேமானல் பகைவருக்கஞ்சவேண்டுவதில்லை. என்னைப் பெயரளவில் அரசனுக் வைத்துக்கொண்டு அரசை நீயே மந்திரியாகவிருந்து நடாத்துவாயாக. அரசிறையைச் சமமாகப் பங்கிட்டுக்கொள்வேம். உனக்குரிய ஏழுகிராமங்களுக்கும் நீயே அரசனுகவிருப்பாயாக" என்று கபடவிண்ணப்பஞ்செய்து அவனை மயக்கினன். பரநிருபசிங்கனும் மயங்கி வாளை உறையிலிட்டு, அவன் கேள்விக்கிசைந்து, தனது மகன் பராசசிங்கனை ஏழூருக்குமரசனுக்கித் தான் சங்கிலிக்கு மந்திரியானன்.

சங்கிலி பரநிருபனைமந்திரியாக்கல்.

இந்தமுறையாக அரசு சிறிதுகாலம் நடந்தது. சங்கிலிமனத்திற் பேராசையென்னுங் குடிகேடன் புகுந்தான். சங்கிலி சேனுபதிக்கும் படைத்தலைவருக்கும் பெருநிதிகளை வாரிக்கொடுத்து அவர்களைத் தன்வசமாக்கினன். அரசிறையிற் பாதியைப் பங்கிட்டுப் பரநிருபசிங்கத்துக்குக் கொடுத்துவந்த வழக்கத்தையொழித்து அவனுக்குச் சம்பளமாக ஒரு தொகை கொடுக்கத் தலைப்பட்டான். பராசசிங்கனை ஏழூரரசன் என்னும் பதத்தினின்றும் நீக்கினன்.

சங்கிலி துரோகம்.

பராசசேகரராசாவும் பரநிருபசிங்கமும் அவன்மகன் பராசசிங்கமும் தங்களுக்குச் சங்கிலிசெய்த வஞ்சனைகளையெண்ணியெண்ணி மனம் புண்ணுயினர்கள். அவர்கள் படையெடுத்துச் சங்கிலியை அடக்கவோவென்றல் சேனுபதியையுஞ் சேனைகளையும் சங்கிலி தன் வசமாக்கிக்கொண்டமையால் இய

லாதவர்களானார்கள். ஆகியும் பரராசசேகரன் தான் சோழன்பாற் கொண்ட திறையை மேலனுப்பாவகை அவனுக்கு நிருபம் போக்கித் தடுத்தான். அது கேட்டுச் சோழனுமுவகை பூத்தான். [இச்சோழன் தஞ்சாவூர்ச் சரித்திரப்படி (Tanjore Gazetteer) அச்சுதப்பனாதல் வேண்டும். அவன் நாகபட்டினத்தில் பாரசீகரோடு யுத்தஞ்செய்ததாகக் கூறப்பட்டிருக்கின்றது. பரராசசேகரன் என்னும் பெயரைச் சிலாசாசனவிற்பன்னர் பாரசீகர் என விபரீதமாக வாசித்தாராதல்வேண்டும்.]

சோழனைத்திறைநீக்கல்.

அதன்பின்னர்ப் பரராசசேகரன் தன்னிடத்துள்ள திரவியங்களையும் முடி முதலிய அரிய ஆபரணங்களையும் சங்கிலிக்குத் தெரியாமல் அகற்றிக்கொண்டுபோய்ப் பிலத்துவாரத்தில் சேமித்துவைத்துவிட்டு, ஒருதொகைத் திரவியத்தோடு திருக்கேதீசரஞ் சென்று அங்கே சுவாமிதரிசனம்பண்ணிக்கொண்டு இராமேச்சரஞ் சென்றான். அங்கே சித்திரக்கான்மண்டபமும் கர்ப்பக்கிருகமும் பழுதுற்றிருப்பக்கண்டு அவைகளைப் புதுக்குமாறு அத்திரவியத்தைத் தனது மந்திரியிடங்கொடுத்து அவனை அங்கே வைத்துவிட்டு மீண்டான். இவன் மீளுமுன் திருக்கேதீச்சராலயத்தையும் பாலாவியின் மேற்குக் கரையையும் கடல்கொண்டழித்தது. இது நிகழ்ந்தது 1540 ல் என்பர். அதன்மேலும் பூசை ஒருவாறு நடந்துவந்தது. A. D. 1589 ல் பூசை நிறுத்தப்பட்டது. (விசுவநாதசாஸ்திரியார் சம்பவக்குறிப்பு.)

பரராசசேகரன் தன்திரவியங்களை மறைத்தல்.

யாழ்ப்பாணத்தரசர்களாகிய ஆரியசக்கிரவர்த்திகளெல்லாம் திரிகோணமலை திருக்கேதீச்சரம் இராமேச்சரம் என்னும் இம்மூன்று தலங்களையும் தினந்தோறும் ஒவ்வொன்றாக முறையே தரிசித்து உச்சிப்போசனஞ்செய்யும் நியமமுடையராயிருந்தார்கள் என்றும், அதற்காக யந்திர அன்னப்பறவை

இராமேச்சரமும் யாழ்ப்பாணத்தரசரும்.

யொனறு வைத்திருந்தார்களென்றும், அவவனனப பறவையிலேறியிருந்து யந்திரத்தை முறுக்க அஃது அந்தரத்தெழுந்து செலுத்தியவழியில் ஆகாயத் திற் பறக்குமென்றும், அதைக்கொண்டே மூன்று நாழிகையில் இராமேச்சரதரிசனமுடித்து மீண்டுவ ருவரென்றும், அந்த யந்திரப்பறவையைக்கொண் டே பரநிருபசிங்கன் கண்டியரசனிடம் போய் மீண் டானென்றும், அதனைச் சங்கிலி பொறாமையாற் கவர்ந்து அக்கினிக்கிரையாக்கினனென்றும் கூறுவர் இராமேச்சரத்திற் சுவாமிக்கு அபிஷேகத்துக்குத் தினந்தோறும் நெடுந்தீவிலிருந்து பாலும், பூசைக் குக் கச்சைத்தீவிலிருந்து பூவும் யாழ்ப்பாணத்தரச ரால் அனுப்பப்பட்டன. நெடுந்தீவிற் பசுக்கிடையும், கச்சைத்தீவில் நந்தவனமுமிருந்தன. பசுக்கிடையிரு ந்தமையால நெடுந்தீவைப் பறங்கிக்காரர் பசுத்தீவு (Cow Island) என்பாராயினர்.

திருக்கே தீச்சரம்.

திருக்கேதீச்சரம் பூர்வம் கேதுவென்னும் நாக ராசனால் நிருமிக்கப்பட்டது. இராவணனுக்குப்பின் இயக்கரும் நாகர்களுமரசுசெய்தார்கள். விசயரா சன் இலங்கைக்கு இற்றைக்கு இரண்டாயிரத்தை ஞ்ஞூறு வருஷங்களுக்குமுன் வந்தபோது இவ்வா லயங் கிலமாயிருந்ததென முன்னுங் கூறினும். மகா வம்சமும் அவ்வாறே கூறுகின்றது. அற்றாயின் இ தன்பழமை இத்துணையதென்று கூறவேண்டா.

திருக்கே தீச்சர பரிபால னம்.

இது விஜயராசனால் சீரணோத்தாரணஞ் செய் து கும்பாபிஷேகம் பண்ணப்பட்டது. பின்வந்த அ ரசர் பெரும்பாலும் பௌத்தர்களாயிருந்தமையால் இவ்வாலயத்தைப் பரிபாலியாது விட்டார்கள். இத னைப் பெரும்பாலும் பரிபாலித்து வந்தவர்கள் மா தோட்டத்து வேளாளர்கள். இதனை இடையிடை யே இலங்கையரசரும் யாழ்ப்பாணத்தரசரும் திரு த்திவந்தார்கள். திருஞானசம்பந்தமூர்த்திநாயனார் இவ்வாலயத்தைப் பாடியகாலத்தில் இத்தலமிருந்த

மாதோட்டநகரினது பொலிவு மிகப்பெரிதாயிருந்ததென்பது அவர்பதிகத்தால்* நன்றாக விளங்குகின்றது. அவர்காலம் இற்றைக்கு நாலாயிரம் வருஷத்துக்கு முந்தியது. இற்றைக்கு இரண்டாயிரம்வருஷத்துக்கு முன் விளங்கிய சுந்தரமூர்த்திநாயனார் தாம்பாடியருளிய தேவாரத்திலும் இந்நகரத்தின் பெருவளத்தையும் அதன்துறையிலே வாணிகத்தின்பொருட்டு வந்து நெருங்கிக்கிடக்கும் மரக்கலங்களின் தொகுதியையும் குறித்திருக்கின்றார். அக்கோயிலிருந்தவிடத்துக்குச் சமீபமாக இப்போது சிறிய சிவாலயமொன்று நூதனப்பிரதிஷ்டையாகச் செய்யப்பட்டிருக்கின்றது. அதுநிற்க, தேவாரம்.

A. D. 1505 ல் போர்த்துக்கல் தேசவாசிகள் சிலர், பிரான்சிஸ்கோ தே அல்மேதா என்பவனைத் தலைவனாகக்கொண்டு, காலியை அடைந்தனர். (இலங்கை மாகாளிக்குரியவிடம் காலியெனப்பட்டது.) அப்போது தர்மபராக்கிரமவாகுவென்பவன் தென் இலங்கையரசனாய்க் கோட்டைக்காடென்னு நகரத்திலிருந் தரசியற்றுவானாயினன். போர்த்துக்கேயர் அவன்பால் பண்டசாலை கட்ட விடைகொண்டு கொழும்பிலே கோட்டையொன்று கட்டினர். போர்த்துக்கேயரைப் பறங்கிகளென்பது அக்காலந்தொ

போர்த்துக்கேயர்-பறங்கிகள்.

தர்மபராக்கிரமவாகு.

பறங்கிகள்கோட்டைகட்டல்.

* பூவுளானுமப்பொருகடல்வண்ணனும்புவியிடந்தெழுந்தோடி, மேவிநாடிநுன்னடியிணைகாண்கிலாவித்தகமென்னாகும், மாவும்பூகமுங்கதலியுநெருங்குமாதோட்டநன்னகர்மன்னித், தேவிதன்னொடுந் திருந்துகேதீச்சரத் திருந்தவெம்பெருமானே. (திருஞானசம்பந்தர்.)

அங்கம்மொழியன்னாரவரமரர்தொழுதேத்த
வங்கம்மலிகின்றகடன்மாதோட்டநன்னகரில்
பங்கஞ்செய்தபிறைசூடினன்பாலாவியின்கரைமேல்
செங்கண்ணரவசைத்தான்றிருக்கேதீச்சரத்தானே.
(சுந்தரமூர்த்திநாயனார்.)

ட்டவழக்கு. துருக்கர் சிலர் ஒருபடையாகத் திரண்டு காதர்வாவா என்பவனைத் தலைவனாகக்கொண்டு மரக்கலங்களிலேறிச் சலாபத்தை யடைந்தார்கள். அவர்களைத் தர்மபராக்கிரமவாகு படை எதிர்த்துக் காதர்வாவாவைக் கொன்று வீரரைச் சிறைசெய்து கோட்டைக்காட்டுக்குக் கொண்டேகிற்று. 1517 ல் துருக்கர் மீண்டுமொருபடையோடு பறங்கிகள் கட்டிய கோட்டையை வளைந்தனர். அப்படையைப்பறங்கிகள் முரிந்தோடத் தாக்கினர். 1520 ல் மீண்டுந் துருக்கர் ஒருபடையோடு வந்து அக்கோட்டையை வளைந்தனர். அப்பொழுதும் தோல்வியுற்றனர். அதன்மேல் பறங்கிகள் தமது சமயத்தைப் பரப்பத் தொடங்கினர். சிங்கள அரசனாகிய புவனேகவாகுவினது மகன் தர்மபாலனைக் கிறிஸ்தவனாக்கித் தம்மெண்ணமெல்லாம் முடிக்கும்பொருட்டுப் புவனேகவாகுவைத் தற்செயலாகச் சுட்டபாவனையாகச் சுட்டுக்கொன்றனர். பின்னர்த் தர்மபாலனைக் கிறிஸ்தவனாக்கினர். அதுகண்டு அவன் பிரதானிகளுஞ் சிலர் கிறிஸ்தவராயினர். அதுகாறும் மேற்சாதியார் கீழ்ச்சாதியாரை விவாகஞ்செய்யும் வழக்கமில்லை. அதனையும் மாற்றிக் கீழை மேலாகவும் மேலைக் கீழாகவும் வைத்தனர். இவையெல்லாம் புவனேகவாகுவினது துர்ப்பலத்தால் இலங்கைக்குவந்தகேடுகளாம்.

துருக்கர்.

பறங்கிகளும்துருக்கரும்யுத்தம்.

புவனேகவாகுமரணம்

தர்மபாலனைக்கிறிஸ்தவனாக்கல்.

பறங்கிகள் மெல்லமெல்ல அநேகவிடங்களைக் கவர்ந்து தமதாக்கித் தம்மரசு செலுத்தினர். பறங்கிகள் 1543 ல் மன்னாருக்கு ஒரு கிறிஸ்த குருவை அனுப்பி அங்குள்ள கடையர் சிலரைக் கிறிஸ்தவராக்கினர். மன்னார் யாழ்ப்பாணத்தரசுக்குட்பட்டதாதலின் சங்கிலி மன்னாருக்குச்சென்று கிறிஸ்த குருவை அங்குநின்றுமோட்டிக் கிறிஸ்தவர்களாயினோரையுந் தண்டித்து "இனி மன்னாரிலே கிறிஸ்த குருமார் அடிவைத்தால் கொடியதண்டம் பெறுவர்" என்றும் ஆஞ்ஞை செய்தான். அவன் அங்கு

மன்னாருக்குக்கிறிஸ்தகுருவருதல்.

நின்று மீண்டபின்னர்த் தூற்றுக்குடியிலிருந்து கிறிஸ்தகுருவொருவர் வந்து கடையரனைவரையும் கிறிஸ்தவராக்கினர். அதுகேட்டுச் சங்கிலி கோபாவேசங்கொண்டு சென்று தன்னாணைகடந்து நிந்தைபுரிந்த அறுநூறுபேருக்குக் கொலைத்தண்டம் விதித்தான். அவர் கொலையுண்ட செய்தியைக் குருவானவர் தப்பியோடிச் சவேரியாரென்னும் மகாகுருவுக்கு அறிவித்தார். 1548 ல் கோவையிலிருந்து சவேரியார் வந்து மன்னாரிலிறங்கியும் சங்கிலியின் ஆணையைக் கடக்க மன்னார்வாசிகள் பிரியப்படாமையால் அங்கு நின்றும் புறப்பட்டு யாழ்ப்பாணத்தையடைந்து சங்கிலியைக்கண்டு அவனைப் பறங்கியரசனோடு உறவாடும்படி கேட்டார். அவன் அதற்கிசைந்தான்போன்று நடித்து ஒரு தூதனைக் கோவைக்கனுப்பினான்.

சங்கிலி அறுநூறு கிறிஸ்தவரைக் கொன்றது.

சவேரியார்.

கோவை அரசன் அத்தூதனை மரியாதையோடேற்றுத் தனது நட்புக்கறிகுறியாகச் சிலபொருள்களோடு ஒரு நிருபமும் அனுப்பினான். சிலகாலங் கழித்துப் பறங்கிகள் ஒருகோயில்கட்ட இடங்கேட்டனர். சங்கிலி அது கூடாதென அவரை ஓட்டிவிட்டான். சவேரியார் அவ்வளவில் மனஞ்சலித்து இலங்கையைவிட்டுச் சீனதேசஞ்சென்று அங்கே காந்தன்பட்டினத்தில் 1552 ல் தேகவியோகமாயினர்.

சவேரியார்சீனஞ்சென்றது.

அதன்பின்னர்ப் பறங்கிகள் நெடுங்காலம் பேசாதிருந்து 1564 ல் ஒருப்படையோடு யாழ்ப்பாணத்தையடைந்தனர். சங்கிலி சமாதானம் பேசிப் பதினாயிரம் பவுனும் சில அரிய நிதிகளுங் கொடுத்தான். அவ்வளவிற் பறங்கிகள் மீண்டனர். அதன்பின் சங்கிலி தனது குடைக்கீழ் வாழ்ந்த சிங்களர் சாவகர் வன்னியர்கள்மேலும் ஐயங்கொண்டு அவர்களையுந் தனது நாட்டைவிட்டோட்டினான். சாவகர் இருந்தவிடம் சாவகச்சேரியென வழங்குகின்றது. இச்சாவகர் முன் யாழ்ப்பாணத்தில் அரசுசெய்த விசயவாகுவால் படைவீரராகக் கொண்டுவந்து குடி-

சங்கிலி பறங்கிகளோடு சமாதானம்.

சாவகர்.

யேற்றப்பட்டவர்கள். சாவகன்கோட்டையிலும் சிலர் இருந்தார்கள். அவ்விடம் இப்போது சாவாங்கோட்டையென வழங்குகின்றது. (சாவகர்-யாவுகர்)

50வன்னியர்வரவு

இச்சமயத்தில் பாண்டிநாட்டிலிருந்து ஐம்பது வன்னயர் தமது மனைமக்களோடு புறப்பட்டுவந்தனர். அவருள் நாற்பத்தொன்பது வன்னியர் நெடுந்தீவுக்குச் சமீபத்திலே மரக்கலங்கவிழ்ந்திறந்தனர். அவர் மனைவிமாரும் ஒருவன்னியனும் அவன் மனைவி அம்மைநாச்சியும் அவர் ஏவலாட்களும் வேறு மரக்கலத்திலேறிவந்தமையால் அவர்கள் க்ஷேமமாக யாழ்ப்பாணத்தையடைந்தார்கள். இறந்தவன்னியருடைய மனைவிமார் தமது ஏவலாட்களோடு யாழ்ப்பாணத்திலே பலவிடங்களிற் குடிகொண்டு வறியராய்க் காலங்கழித்தார்கள்.

49வன்னியர்கடலில்மாளல்.

கரைப்பிட்டி வன்னியன்.

எஞ்சிய வன்னியன கந்தரோடையிலே தங்கினான். அவன் சங்கிலிபடையிற் சேர்ந்து சிறு தலைவனாகிக் கரைப்பிட்டியிலிருந்தான். அவனுடைய படையில் அறுபது நம்பிகளிருந்தார்கள். அவருள் ஒருவனுடைய புத்திரியைக் கரைப்பிட்டிவன்னியன் கற்புச்சிதைத்தான். அதுகேட்டு அந்நம்பி அவ்வன்னியனைக் கொன்றான். அவன் மனைவி அம்மைநாய்ச்சி அச்சோகத்தால் வாளையெடுத்துத் தறகொலைசெய் துயிர்விட்டாள். [நம்பி-ஆண்டிகளுள் ஒரு சாதி.]

நம்பிகள்.

இதனைக் கேள்வியுற்ற சங்கிலி தண்டாதிகாரியை அனுப்பி, அந்நம்பியைக் கொலைசெய்வித்து மற்றநம்பிகளைப் படைச்சேவகத்தினின்றும் விலக்கிக், கரைப்பிட்டி வன்னியனுக்குப் புத்திரரில்லாமையால், அவன் திரவியத்தையும் அரசுக்குரியதாக்கினான். படைச்சேவகத்தினின்று விலக்கப்பட்ட நம்பிகள் அடுத்த சான்றாரக்குப்பத்துக்குப் போய்ச் சான்றார்தொழிலைமேற்கொண்டு, நளவரென்னுஞ் சா

தியாராயினரென்பர். நறவர்என்னுஞ் சொல்லே நளவர் எனத் திரிந்து வழங்குகின்றது. நறவு-கள். கள் விற்போர் என்பது அதன்பொருள். அவர்கள் முதலிற் கட்குடமு சுமந்து சென்று விற்றுப் பின் மரமேறுந் தொழிலையும் பயின்றோராதல்வேண்டும். சான்றோர் யாழ்ப்பாணநாட்டின் கீழ்பாகமாகிய பச்சிலைப்பள்ளி முதலியவிடங்களில் இன்றும் மரமேறுபவர்களாகவே வாழ்கின்றனர். மேல்பாகத்துச் சான்றோர், தந்தொழிலை இந்நம்பிகளும் பள்ளருங்கவர்ந்து கொண்டமையால், செக்காட்டி எண்ணெய் விற்குந் தொழிலை மேற்கொண்டனர் பள்ளர் ஆதியிற் பயிரிடும் பண்ணையாட்களாகவே வந்தார்கள். பின்னுளில் வேளாளர் பெருகிச் சிறுநிலமுடையராகித் தாமே உழுதுண்டு வாழ்வாராயினர். வேளாளர் உழுதுண்டுவாழ்வாரும் உழுவித்துண்பாருமென இருவகையர். உழுவித்துண்பார் சிலரும் உழுதுண்பார் பலருமாகப் பள்ளர் பண்ணையாளாகிய தொழிலை விடுத்து மரமேறுந் தொழிலைக் கைக்கொண்டனர். [சாற்றோர்-சான்றோர்.] சாறு-கள். அது நிற்க.

நளவர்-நறவர்.

சான்றோர்.

பள்ளர்.

வேளாளர்.

சங்கிலியினது ஒழுக்கமும் அரசுமுறையும் சனங்களுக்கு அருவருப்பாயின. அவனுக்கு அதிகாரமும் சுவாதீனமும் அதிகரிக்க அவன் கொடுமையும் அதிகரிப்பதாயிற்று குடிகளோ அவன் கொடுங்கோன்மையைப் பொறுக்கமுடியாதவராய்ப் பரநிருபசிங்கன்பாற் சென்று முறையிட்டழுதார்கள். பரநிருபசிங்கன் அவர்களைக் காப்பதற்கும் அவர்கள் குறைகளைத் தீர்ப்பதற்கும் பல உபாயங்களையுந் தேடினுன். சங்கிலிக்குப் பலமுறையும் புத்தி கூறினுன். அவன் நட்பினரைக் கொண்டும் நன்மதி புகட்டினுன். ஈற்றில் அவன் குருவைக்கொண்டும் வரற்பால கேடுகளை எடுத்துபதேசித்தான். எல்லாம் செவிடன்காதில் ஓதிய மந்திரமாயிற்று. ஈற்றில் பரநிருபசிங்கன் தான், கெடினும், தன்குடி

சங்கிலி கொடுங்கோன்மை.

கள் கேடுறுதிருத்தலே தக்கதெனத் துணிந்தான். பறங்கிகளைக்கொண்டு புத்தி புகட்டுவதே இனிக்க ருமமென முடித்தான். அவ்வாறே பறங்கிப் பிரதி நிதியோடு நிருபமூலமாக நட்பாடி வந்தான்.

மடைப்பள்ளியார்.

இப்படியிருக்குஞ்சமயத்தில், பரநிருபசிங்கன், தன்னைச் சங்கிலி நஞ்சிட்டுக்கொல்லச் சூழ்ச்சிசெய் திருக்கின்றானெனக் கேட்டுத், தனது மடைப்பள் ளிக்குச் சங்கிலி அரமனையிலிருந்து எவரும் செல் லலாகாதெனக் கட்டளையிட்டான். அவன் இராசபத் திக்குரிய உயர்குலவேளாளருள்ளே விசுவாசமுள்ள வர்களைத் தெரிந்தெடுத்து, மடைப்பள்ளியதிகாரி கள், உக்கிராணகாரர்களாக நியமித்து, முன்னிரு ந்தவர்களையெல்லாம் நீக்கினான். அம்மடைப்பள்ளி அதிகாரிகள் உக்கிராணகாரர்களுக்கு இராசமடை ப்பள்ளியாரென்றும், தனது குமாரனுடைய மடை ப்பள்ளியாருக்குக் குமாரமடைப்பள்ளியாரென்றும் மந்திரசங்கத்தாருடைய மடைப்பள்ளியுத்தியோக த்தருக்குச் சங்கமடைப்பள்ளியாரென்றும், பொது மடைப்பள்ளியுத்தியோகத்தருக்குச் சர்வமடைப்ப ள்ளியாரென்றும் பட்டமளித்தான். இராசமடைப் பள்ளியாரும் குமாரமடைபபள்ளியாருமே பரநிருப சிங்கனுக்கும் அவன் மகன் பராசசிங்கனுக்கும் உறுதிச்சுற்றமாய் விளங்கினார்கள்.

மறவர்.

இப்படியிருக்கையில், மறவன்புலவிலிருந்த மற வர்கள், கிராமங்களிற் புகுந்து களவு செய்யவுங் கொள்ளையிடவுந் தொடங்கினார்கள். அவர்கள்செய் தி சங்கிலி செவிப்பட, அவன் உடனே அவ்விடஞ் சென்று அவர்களைப் பிடித்துச் சிறையிலிட்டான். சிலர் தப்பியோடிப் பாண்டியன் * தாழ்வுக்காட்டில் ஒளித்தார்கள். இதனால் அவ்விடம் அக்காலத்திலே அடர்ந்த காடாயிருந்ததாகத் தெரிகின்றது. இடை

* முன்னே பாண்டியன்வந்து போர்செய்து தோற்றுத் தாழ்ந்தவிடம்.

புதுக்குடிகள். கருணீகர் சைவகுருக்கள்.

யிடையே சங்கிலி இவ்வாறு குடிகளுடைய துன்பத்தை நிவிர்த்திசெய்தானாயினும், அவன் அரசு பெரும்பாலும் கொடுங்கோன்மையுடையதா யிருந்தமையால், அநேக குடிகள் "கொடுங்கோன்மன்னர் வாழுநாட்டிற் கடும்புலிவாழுங் காடுநன்றே" என்று அவன் நாட்டைவிட்டு நீங்கிச் சோழநாடும் சிங்களநாடும் நோக்கிச் சென்றனர். அது நிகழ்ந்து சிலநாளின்மேல் பாண்டிநாட்டிற் கொடிய பஞ்சமொன்றுண்டாயிற்று. அதனால் அங்கிருந்து அநேககுடிகள் புறப்பட்டுத் தோணியேறி யாழ்ப்பாணத்தையடைந்து அரசன் அநுமதியோடு பலவூர்களிலுங் குடியேறினார்கள். இச்சமயத்தில் தொண்டைநாட்டிலிருந்து பன்னிரண்டு கருணீகரும் தங் குடும்பங்களுடன் வந்து சேர்ந்தார்கள். அவர்களுக்குச்சங்கிலியரசன் அப்போது காடாயிருந்த கரணவாயைக் கொடுத்தான். அவர்கள் பரம்பரைச் சைவவேளாளருள் ஒருபகுதியார். அவர்களை உடுப்பிட்டியைச்சேர்ந்த பன்னிரண்டு குறிச்சிக்கும் கருணீகராக்கினான். [கருணீகர்-கணக்கர்.] கருணீகர் வாயில் என்னும் பெயர் கரணவாயென மருவிவழங்குகின்றது. கருணீகர்கள் தமிழரசு போனபின்னர்ச் சைவ குருக்கள்மாராகிப் பெருஞ் சிறப்பும் செல்வமுமுடையராய் விளங்குகின்றனர்.

வடமராட்சிக்கலகம்.

ஒருநாள் வடமராட்சிச் சனங்களுள்ளே உண்டாகிய ஒரு கலகத்தை விசாரித்துத் தீர்க்குமாறு சங்கிலிபோய் மீண்டுவரும்போது வாச்சியகாரர் கள்ளியங்காட்டெல்லையில் வாச்சியத்தை நிறுத்தினார்கள். உடனே சங்கிலி வாச்சியத்தை நிறுத்திய காரணம் யாதென வினவினான். அதற்கு வாச்சியகாரர் "மகாராசாவே, இவ்விடம் பரநிருபசிங்கராசாவுடையஎல்லையாதலின் வழக்கம்போல் நிறுத்தினோம்" என்றார்கள். அதுகேட்ட சங்கிலி "பரநிருபசிங்க

னைத் தொலைத்தாலன்றி இச்சங்கடந் தீராது" என மனத்துளெண்ணிப் பேசாது சென்றான்.

சங்கிலி முறைகேடு.

இது நிகழ்ந்து சிலநாளில், சங்கிலி தனது மந்திரிகளுள் ஒருவனாகிய அப்பாமுதலியினது புத்திரியுடைய வடிவழகுகளைக் கேள்வியுற்று, அவளைக்களவிற்கவரக் காலம்பார்த்தும் தூதுபோக்கியு மிருந்தான். அதனை அவள் தனது தந்தைக்கு அறிவிக்க, அவன் அவளைப் பரநிருபசிங்கனுடைய அரமனைக்குக்கொண்டுபோ யடைக்கலம்வைத்து, அவனைநோக்கி, "வேந்த, என்னையும் இக்கன்னிகையையும் அவள் கற்பையும் எனது குடும்பத்தின் பெருமையையுங் காத்தருள்" என்றழுது விண்ணப்பஞ்செய்தான். பரநிருபசிங்கன் அப்பாமுதலிக்கு அபயங்கொடுத்துச் "சங்கிலியினது கொடுமையெல்லாம் பொறுத்தேன். இக்கொடுமை சிறிதும் பொறுக்கமாட்டேன். அவனை அடக்கத் துணிந்தேன். இதுசெய்யேனாயின் அடைக்கலத்துரோகஞ் செய்தார் புகும் நரகம் புகுவேன்" என்று சத்தியமுஞ் செய்தான் உடனே ஒரு நிருபமெழுதி "இதனை ஊர்காவறுறைக் காவல்பூண்டிருக்கும் காக்கைவன்னியனிடஞ் சேர்ப்பி" என்று கூறி, அப்பாவையிற் கொடுத்தான். அப்பாவும் அதனைத் தனக்கு விசுவாசமுள்ளவொரு தூதனிடங் கொடுத்தனுப்பினான். காக்கைவன்னியன் அதனை வாங்கி வாசித்துப் பரநிருபசிங்கனுக்கு உத்தரமனுப்பிவிட்டு, அடுத்தநாளுதயத்தில் மரக்கலமேறித் தரங்கம்பாடியையடைந்து பறங்கிப் பிரதிநிதியைக் கண்டு கலந்து, அவர்கள் வருதற்குக் காலநிச்சயம் பண்ணிக்கொண்டு மீண்டுவந்து யாதுமறியாதான்போன்று தன் அதிகாரத்தில் அமர்ந்தான்.

பரநிருபசிங்கன் சத்தியஞ்செய்தல்.

காக்கைவன்னியன்துரோகம்.

பறங்கிகள்.

உரியகாலத்தில் காக்கைவன்னியன் சொல்லிய சூழ்ச்சிப்படி பறங்கிகள் வர்த்தகவேடமிட்டு வினோ

தமான பண்டங்களோடு பண்ணைத்துறையில் வந்திறங்கினர். பறங்கிகள் உடனே சங்கிலியைத் தரிசித்து வணங்கிநின்று, "நாங்கள் வர்த்தகர்கள்; மகாராசாவுடைய அநுமதிபெற்று இந்நாட்டில் பண்டங்கள் விற்கவும் பண்டங்கள் கொள்ளவும் எண்ணிச் சமுகத்தையடைந்தேம்" என்று விண்ணப்பஞ்செய்தார்கள். அதுகேட்ட சங்கிலி "நீங்கள் அந்நிய தேசவாசிகள்; வர்த்தகர் என்கின்றீர்கள். உங்கள் கருத்து வேறொன்றாயிருக்கலாம். ஆதலால் உங்களை நம்புதல் தகாதகருமம்" என்றான். பரநிருபசிங்கன் "இவர்கள் கொழும்பிற் கோட்டைகட்டி அரசுசெய்யும் பறங்கிகளைச் சேர்ந்தவர்களல்லர். இவர்கள் வர்த்தகர்களே. இவர்கள் எமது நாட்டில் வர்த்தகஞ்செய்யின் எமது அரசுக்கும் எமது நாட்டுக்கும் நன்மையுண்டாகும். ஆதலால் மறுது அநுமதிகொடுத்தல் நன்று" என்றான். சங்கிலி அதற்கிசைந்து அவர்களை நோக்கி, "நீங்கள் கூறுவதுண்மையானால் பகற்காலத்தில் மாத்திரம் எனது நகரத்தில் வர்த்தகஞ்செய்து பொழுதுபடுமுன்னே உங்கள் மரக்கலத்துக்கு மீளுதல்வேண்டும். பொழுதுபட்ட பின்னர் எனது நாட்டிலே தங்கக்காணின் கொடியதண்டம்பெறுவீர்" என்றான். பறங்கிகள்மகிழ்ந்து வணங்கித் தமது மரக்கலத்துக்கு மீண்டு அடுத்த நாள்முதல் அவ்வாறே வர்த்தகஞ்செய்துவந்தார்கள்.

பறங்கிகளின் விண்ணப்பம்

சங்கிலி கட்டளை.

ஒருநாள், அவர்கள் "இராசா சாந்தமாயினான் இனி அவனை வசமாக்குவோம்" என்று துணிந்து, நல்ல பட்டாடைகளும் வாசனைத் திரவியங்களும் பாதகாணிக்கையாகக் கொண்டு சங்கிலி கொலுமண்டபஞ் சென்று வணங்கி, அவைகளை அவன்சமுகத்தில் வைத்து, "இவைகளை அங்கீகரித்தல்வேண்டும்" என்று விண்ணப்பஞ்செய்து நின்றார்கள். சங்கிலி அவைகளை உவந்தேற்றான். அதுகண்டு பறங்கி

கள் தமதெண்ணம் நிறைவேறினதென்றகமகிழ்ந்து, "மகாராசர்வே, பகலெல்லாம் உணவின்றி வர்த்தகஞ்செய்து, இரவிலே எங்கள் கப்பலிற் சென்றுபோசனஞ்செய்து அங்கேயே நித்திரைசெய்து வருகின்றோம். அது பெருங் கஷ்டமாகவிருக்கின்றது. ஆதலால் கரையிலே ஒரு சிறுவீடு கட்டி அதிலிருந்து வர்த்தகஞ்செய்ய எங்களுக்கு அநுமதி தந்தருளவேண்டும்" என்று விண்ணப்பஞ்செய்தார்கள். அவ்வாறுருகவென்று சங்கிலி அவர்களுக்கு அநுமதி கொடுத்து இடமுமெல்லையுங் குறித்துவிட்டான். அவ்விடம் இப்போது கோட்டையிருக்குமிடமே. அந்நாளில் அதுவும அதனயலும் மிருகங்கள் சஞ்சரிக்கும் அடர்ந்த காடாயிருந்தன. அவ்வாறே பறங்கிகள் 1680 ல் அக்காட்டிலே வீடுகட்டுவார்போல மண்ணிறைல் ஒரு கோட்டைகட்டி, ஆயுதங்களும் வெடிமருந்துகளும் வேண்டியமட்டுஞ் சேகரஞ்செய்து, படைவீரரையும் இருத்திக் காலம்பார்த்திருந்தார்கள். சங்கிலிக்கு இச்செய்தி சிறிதும் புலப்படாவகை வழக்கம்போலப் பறங்கிகள் நகரத்திற்சென்று வர்த்தகஞ் செய்து வந்தார்கள்.

பறங்கிகள்வீடுகட்டஅநுமதிபெறல்.

பறங்கிகள்கோட்டைகட்டல்.

ஒருநாள் சங்கிலி வேட்டையாடிக் கடலோரமாகத் தனது பரிவாரத்தோடு குதிரைமேல் வந்தான். அவன் பறங்கிகள் கோட்டையையும் கொடியையுங்கண்டான். புறத்தே வந்த துணைவரை நோக்கி, இஃதென்னவென்றான். அவர்கள் பறங்கிகளுறைவிடமென்றார்கள். சங்கிலி கண்கள் தீயெழச் சிவந்தன. குதிரையைத் தூண்டினன். அக்கோட்டைவாயில் எதிரே வந்தது. பறங்கித்தலைவனும் எதிர்ப்பட்டான். யாது செய்தனை? கோட்டைகட்ட அநுமதி தந்தார் யார்? என்றான். பறங்கித்தலைவன் சிறிதுங் கூசாது நீயே தந்தாய் என்றான் இதனை இக்கணத்தே இடித்துவிடக் கடவையெனச் சங்கிலி அதட்டினன். பறங்கித்தலைவன் இடிப்பதில்லையென்

சங்கிலி பறங்கிகள்கோட்டையைக்காணல்.

றான். சங்கிலி, உனது கபடத்தையும் வீரத்தையும் நாளையறிவேன் எனக் கூறிக் கோபாவேசனாய்த்தன தரமனைசேர்ந்து சேனாபதியை அழைத்து, நாளை உதயத்தில் பறங்கிகளோடு யுத்தத்துக்கு ஆயத்தனாயிருவென்று கட்டளையிட்டான். சேனாபதியும் தனது படைகளை அணிவகுத்துக்கொண்டு பேரிகை முழங்கவும் வீரர்கள் ஆரவாரிக்கவும் சென்று, வீரமாகாளிகோயில் மேலைவெளியிலே கடல்போலப் பரப்பிநின்றான். பறங்கிகளும் தமது சேனையைத் துப்பாக்கி கையிலே தாங்கிச் செல்ல நடத்தி எதிரூன்றினார்கள். சங்கிலிபடை அம்புகளையும் கவணினாற் கல்லுகளையும், வலிய வளைதடிகளையும் பிரயோகித்தார்கள். பறங்கிகள் தமது துப்பாக்கியினாற் குண்டுகளைப் பிரயோகித்தார்கள். இருபக்கத்திலும் அநேகர் காயசேதமும், சிலர் உயிர்ச்சேதமுமுற்றார்கள்.

பறங்கிகளுக்கும் சங்கிலிக்கும் யுத்த மூளல்.

முதல்நாட்போரில் வெற்றிதோல்வி காணுமுன் சூரியன் அஸ்தமயமாயிற்று. இரண்டாநாளும் இவ்வாறு போர்செய்தனர். பறங்கிகள் தமது துப்பாக்கியை இலக்குக்குநீட்ட, ஒவ்வொரு துப்பாக்கிக்கும் ஒவ்வோராள் நின்று திரிவாய்க்கு நெருப்புவைக்க, அவை சில பற்றியும் இலக்குத்தப்பியும் சில பற்றாமலும் பொய்த்தன. சில வெடித்துக் குண்டுகளைச் செலுத்தின. இதற்கிடையில் அம்புகளும் கவண்கல்லுகளும் எறியாயுதங்களும் நஞ்சூட்டிய ஈட்டிகளும் வளைதடியென்னுஞ் சக்கரங்களும் சங்கிலி படையினின்றும் சென்று தாக்கின. பறங்கிகள் இவற்றால் தாகுண்டும் கலங்காது யுத்தஞ் செய்தனர். சங்கிலிபடையுந் துப்பாக்கிக் குண்டுமாரியால் முதனாட் கலங்கியும் இரண்டாநாள் மிக்க தைரியத்தோடும் ஊக்கத்தோடும் பொருதது. இருபகுதியினும் அநேகர் மாண்டனர். மாண்டும் போர் நடந்தது. அவ்வளவிற் சூரியனும் மேல்கடல்வாயாழ்ந்தான். சேனைகளும் தத்தமுறைவிடஞ் சேர்ந்தன.

யுத்தம்.

இப்படியே பத்துநாள் யுத்தம் நடந்தது. சங்கிலி பத்தாநாளில் 1700 பறங்கிகளைக் கொன்றான். பதினொராநாளிற் சங்கிலி சிறந்த போர்வீரர் 400 பேரைத் தலைப்படையாகத் திரட்டிக்கொண்டு, மற்ற படைகள் பின்செல்ல முன்நடந்தான். பறங்கிகள் துப்பாக்கிப் போரிற் பயனில்லையென்று கண்டு வாட்போருக் காயத்தமாய் நின்றனர். இருதிறப்படைகளுங் கைகலந்தன. சங்கிலி படைவீரர் புலியெனப் பாய்ந்து வெட்டினர். பறங்கிகள் இனி நாம் சரண் புகுவதே தக்கதென்றெண்ணிப் பின்வாங்கத் தலைப்பட்டனர். அச்சமயம் தரங்கம்பாடியிலிருந்து பறங்கிகளுக்குத் துணைப்படையொன்று வந்து சேர்ந்தது. அதனால் பறங்கிகள் ஊக்கங்கொண்டு முன்னேக்கி நின்று பொருதனர். பறங்கிகள் போர்க்களத்துக்குப் பக்கத்தே இருமருங்குமுள்ள காட்டினுள்ளே மறைந்திருந்து துப்பாக்கியால் பக்கப்படையைக்கொண்டு குண்டுமாரியும் பொழிவித்தார்கள். சங்கிலியினது படையுங் கவண்கல்லுகளை எதிர்மழையாகப் பொழிவித்தனர். அன்றுவரைக்கும் நடந்த யுத்தத்தில் பரநிருபசிங்கனும் மந்திரிமாரும் யுத்தத்தில் கருத்தின்றியிருந்தமையைச் சங்கிலிகண்டு அதற்குக் காரணமென்னவென்று வினவினன். அவர்கள் பறங்கிகளுடைய யுத்தமுறை புதிதாயிருப்பதால் திகைத்துவிட்டோம் என்றார்கள். சங்கிலி "உங்கள் வீரத்திறல நன்றாயிருக்கின்றது" என்று பரிகசித்து, "இனி யாதுக்கும் அஞ்சாதிருங்கள்" என்று கூறிப் போர்மேற் சென்றான். அற்றைநாட் போரில் 2400 பறங்கிகளைக் கொன்றான். ஈற்றிலே பறங்கிப்படைத் தலைவனும் சங்கிலி வாட்படைக்கிரையாகி மாண்டான். அவன் மாளுதலும் பறங்கிவீரர் புறங்கொடுத்தோடத் தலைப்பட்டனர். அவர்களைச் சங்கிலிவீரர் தொடர்ந்து துரத்தினர். பறங்கிகள் ஓடிக் காட்டில் நுழைந்து மறைந்தனர். சங்கிலியுந் தொடர்ந்து பறங்கிகள் கட்டிய கோட்டை

பதினொராநாட் போர்.

பரநிருபசிங்கனும்மந்திரிகளும்பராமுகஞ்செய்தல்.

பறங்கித் தலைவன் மாண்டது.

பறங்கிகள்தோல்வி.

யில் நுழைந்து, அங்கிருந்த ஆண்பெண் சிறுவர் வயோதிகர் யாவரையும் கொன்று, அங்கிருந்த திரவியங்களையுங் கவர்ந்து கோட்டையையுமிடித்துத் தரைமட்டமாக்கினான். பறங்கிகள் அஃதறிந்து ஓடி ஊர்காவற்றுறையை யடைந்தனர்.

பறங்கிகளுடைய கோட்டையை இடித்தல்

பறங்கிகள் ஊர்காவற்றுறைக்கோடல்

இங்கே சங்கிலியினது படைவீரர் வெற்றிக்களிப்புடையராய் வீரமாகாளிக்குப் பெருவேள்வியிட்டு விழாவணிசெய்வாராயினர். அப்பொழுது நாமிதுசெய்வோம், நாமிதுசெய்தல் வேண்டுமென்று ஒருதிறப்படைவீரர் ஒருதிறப்படைவீரருக்குமுந்த, அவருட் பெருங்கலகமுண்டாயிற்று. சேனாபதியும் அச்சமயம் தனது பூசைமேலிருந்தமையால் அக்கலகத்தை அவனுக்கு அறிவிக்கக்கூடாமலிருக்க, சங்கிலி அஃதுணர்ந்து இவ்வேள்வியை இன்றுமுடித்தலாகாது நாளை முடிப்போமெனக் கூறி, அக்கலகத்தையடக்கினான். அஃது அப்படைவீரருக்கு வியசனத்தையுண்டாக்கிற்று. அதுநிற்க.

வேள்வி.

ஓடிப்போன பறங்கிகள் காக்கைவன்னியனை யடைந்து, "நீ எங்களைப் போருக்கேவிவிட்டுப் பின்னே நின்றுவிட்டனை. சங்கிலியால் எமது சேனையிற் பதினாயிரவரும் தலைவனும் மாண்டார்கள். இப்படி வஞ்சச் சூதுசெய்தவுன்னைக் கொல்வதே கருத்தாக உன்பால் வந்தோம்" என்றார்கள். அச்சமயம் பரநிருபசிங்கன் தூதனும் ஓலைகொண்டுவந்தடைந்தான். அவ்வோலையில், "இதுவரையும் வெளிப்படாதிருந்தோம். இனி வெளிப்பட்டுக் கருமம் முடித்தல்வேண்டும். ஆயத்தமாக வருகுக" என்றெழுதியிருந்ததைக் காக்கைவன்னியன் பறங்கிகளுக்குங் காட்டினான். பறங்கிகள் உடனே மீண்டு போருக்காயத்தராகிப் பின்னேசெல்லக், காக்கைவன்னியன் முந்திச் சென்று, விடியுமுன் நல்லூரையடைந்து பரநிருபசிங்கனோடு கலந்து, மீண்டு மாறுவேடம் பூண்டு பற

பறங்கிகள் காக்கைவன்னியனை நெருக்குதல்.

பறங்கிகள் மீண்டு வந்துயுத்தஞ்செய்தல்.

ங்கிசேனையினுள்ளே புகுந்தான். பறங்கிகள் சேனை சூரியோதயத்தில் மேலைக்கோட்டை வாயிலைச்சென்று வளைந்தது. அதுகேட்டுச் சங்கிலியும் படைகளைத்திரட்டிக்கொண்டு ஆயத்தமாய்க் கோட்டைவாயிலையடைந்தான். அதற்கிடையில் பரநிருபசிங்கன் கபடமாகச் சேனாபதியிடம்ஒருவனையனுப்பி, ஒருபாயஞ்சொல்வதற்காக ஒரொற்றன்வந்து கீழைக்கோட்டைவாயிலிற் காத்துநிற்கின்றான் என்று அவனுக்கறிவித்தான். அதுகேட்ட சேனாபதி அவ்வொற்றனை நாடிக் கீழைக்கோபுரவாயிலையடைந்தான். இங்கே காக்கைவன்னியன் வெளிப்பட்டுச் சங்கிலியைக்

காக்கைவன்னியன்துரோகம்.

காணச் செல்வான்போன்று செல்ல, சங்கிலி அவன் வரவைக்கண்டுள்ளம் பூரித்து, ஆருயிர்த் துணைவனாதலின் இச்சமயம் வந்தனையெனத் கள்ளஞ் சிறிது மெண்ணாது எதிரோடித் தழுவினான். வஞ்சத்துரோகியாகிய காக்கைவன்னியன் தன் கன்னெஞ்சம் சங்கிலியினது உண்மையான அன்புரைக்கும் உபசாரத்துக்கும் சிறிதும் நெகிழாது கொடிய வயிரமாக, எதிர்தழுவிய கையிரண்டையுங் கொண்டு நெகிழவிடாது கட்டிப்பிடித்துக்கொண்டான். பறங்கிகள் இக்கொடிய வஞ்சத்துரோகியின் கண்ணைநோக்கிநின்றனர். கண்ணாற் குறிகாட்டினான். பறங்கிகள்

சங்கிலி சிறைப்படல்.

ஓடி அவனைப் பிடித்துக்கட்டி விலங்கிட்டனர். சங்கிலியினது படைவீரர் துடித்து வாளை உறைகழித்தனர். பரநிருபசிங்கனும் தனது சபதமுடிக்கக் கருதிச் சேனாபதியநுமதியின்றிப் போர் தொடங்கலாகாதென்று தடுத்தான். அவர்கள் வாளிவிட்ட கையோடு சேனாபதி வரவை ஆவலோடெதிர்நோக்கிப் பதைத்து நின்றனர். சேனாபதியும் என்செய்தேன் எனறு மூச்சுவிடாதோடிவந்தான். இடைவழியில்

சேனாபதியைக் கோல்லல்.

வஞ்சவன்னியன் சூழ்ச்சிப்படி பதிவிருந்த பறங்கிவீரர் அவனை வளைந்து தமியனாயிருந்தமையால் ஒரு வீச்சில் அவன் சிரசைக் கொய்தனர். அதுகண்டு சங்கிலிபடை யுடைந்தோடியது.

பறங்கிகள் செயபேரி முழக்கிக் கோட்டையினுள்ளே புகுந்து கொடியுயர்த்தினர். இதனையறிந்த பராசசேகரசக்கிரவர்த்தி பறங்கிகளுக்குட்பட்டு அரசாளுவதிலும் காடாளுவதே நன்றெனத் துணிந்து வன்னிக்காட்டுக்கோடி ஒளித்தான். பறங்கிகள் அவனைத் தேடிக் காணாமையால் அவனிருக்கும் இடத்தை அறிந்து சொல்பவர்க்கு * இறைசால் இருபத்தையாயிரம் பரிசாகக் கொடுக்கப்படுமென்று பறையறைவித்தனர். அதுகேட்டு அவனிடத்து முன் மந்திரியாயிருந்த ஒரு கன்னெஞ்சப் பார்ப்பான் பொருளவாவென்னுங் கொடிய பேய்வாய்ப்பட்டு வன்னிக்காட்டுக்குச் சென்று ஓரிளநீரும் எலுமிச்சம்பழமுங் கையிற்கொண்டு தேடித்திரிந்தான்.

பறங்கியரசு.

பராசசேகரன் காட்டுக் கோடல்.

அரசன் அவனைக்கண்டு கூவியழைத்தான். பார்ப்பான் தேடியபொருள் தானே சிக்கியதென்று மனம்பூரித்து அரசனிடம்போய் ஆசீர்வாதஞ்சொல்லிச் சுகம் விசாரித்து இவ்விளநீரை யுண்ணுமென்று நீட்டினான். அரசன் இருகையாலுமேற்றுத் தன் உடைவாளால் அதனைத் திறந்து பருகத்தொடங்கினான். எலுமிச்சம்பழமிருக்கின்றது வாளைத் தாரும் வெட்டிப் பிழிந்து இளநீரில் விடுவேன் என்று பார்ப்பான் கூற, அரசன் வாளை அவன்கையிற் கொடுத்தான். அவன் அதனை வாங்கிப் பழத்தை வெட்டிப் பிழிந்துவிட, அரசன் இருகையாலுமேந்தி இளநீரைக் குனிந்து பருகினான். குனிந்து பருகக் காதகப் புலையனாகிய அப்பார்ப்பான் அவ்வாள் கொண்டு அரசன் சிரசைக்கொய்து எடுத்துப்பொதி செய்துகொண்டு வந்து பறங்கித்தலைவன் கையிற் கொடுத்தான். அவன் அதனைவாங்கி அவிழ்த்துப் பார்த்துப் பிரமித்து, "யாதுசெய்தாய்புலையா" என்று பெருஞ் சினங்கொண்டு, "நீ சிறிதுங் கூசாது செய்த இப்புலைத்தொழிலுக்குத் தரத்தக்க பரிசு இதுவே" எனக்கூறி, உடைவாளையிழுத்து அந்நிலையிலேதானே அவன் சிரசைக் கொய்தான்.

அவன்சிரசைப் பார்ப்பான்கொய்தல்.

பார்ப்பான்சிரசைப் பறங்கிகள் கொய்தல்.

* இறைசால்—முக்கால் ரூபா.

அதன்பின்னர்ப் பறங்கிகள் சங்கிலியை நீதாசனத்தர் சபைமுன்னேயிட்டு,

1. "நீ முடிசூட்டப்படாது இராசாதிகாரஞ்செய்தது முதற்குற்றம்,

2. தந்தைக்குரிய அரசைக் கிரமந்தவறிக் கவர்ந்தது இரண்டாங்குற்றம்,

3. இராசகுமாரர்களைக் கொலைபுரிந்தது மூனறாங்குற்றம்,

4. சனங்களை வருத்தியதும் அறுநூறுபேரை வன்கொலைபுரிந்ததும் நான்காங்குற்றம்"

சங்கிலியைக் கொல்லல்.

எனக் குற்றநிரூபணஞ்செய்வித்து அவனைச் சிரச்சேதஞ்செய்து கொல்லுமாறு தீர்ப்பிட்டனர். அவ்வாறே காளிகோயிற் சந்நிதியில் பறங்கிகள் அவனைச் சிரச்சேதஞ்செய்து கொன்றனர். அதுகேட்டுச் சங்கிலிதேவி தீவளர்த்து அதிற்பாய்ந்துயிர்விட்டாள். சங்கிலியினதுதேவி, தீப்பாயுமுன் இத்தீவினையிழைத்த காக்கைவன்னியன் மனைவியும் தன்னைப்போலத் துயரடைதல் வேண்டுமென்றெண்ணி, ஒரு தூதனையனுப்பிச் சங்கிலியோடு காக்கைவன்னியனும் பறங்கிகளால் மடிந்தான் என்றவளுக்கு அறிவித்தாள். அதுகேட்டுக் காக்கைவன்னியன் மனைவியும் தீப்பாய்ந் துயிர்விட்டாள். பறங்கிகள் சங்கிலிபுத்திரரைத் தரங்கம்பாடிக்கனுப்பி அங்கேவைத்துப் பரிபாலித்து வந்தார்கள். இவ்வாறன்றி அவர்களைக் கோவைக்கனுப்பினார்களென்றும் அங்கே அவர்கள் மசூரிகாநோயினால் மடிந்தார்களென்றும் கூறுவாருமுளர். சங்கிலியைச் சிறைசெய்து கோவைக்கு அனுப்பிவிட்டுப் பரநிருபசிங்கனுக்குப் பட்டங்கட்டி அரசுசெய்ய விடுத்து மன்னாரைமாத்திரம் தமக்குரியதாக்கிக்கொண்டு மீண்டனரென்றும், கோவை நகரிலேயே சங்கிலி கொல்லப்பட்டானென்றும் கூறுவாருமுளர். (Tennent.)

(Vinea Tabrobanea) வினிய தாபிரபேனியா என்னுஞ் சரித்திரம, பறங்கிகள் 1590 ல் யாழ்ப்பாணத்திலேபடையேற்றிச் சங்கிலியோடு யுத்தஞ்செய்து அவனையும் அவன்மூத்தமகனையும் கொன்று அரசுகைக்கொண்டனரென்றும், 1593 ல் கண்டியரசனாகிய விமலதருமன் பறங்கிகளோடு யுத்தஞ்செய்து அவர்களை வென்று யாழ்ப்பாணத்தரசைக் கைக்கொண்டு 1620 ம் ஷூ வரையும் ஆண்டானென்றும், 1620 ல் பறங்கிகள் மீண்டும் படையேற்றி யாழ்ப்பாணத்தைக் கைக்கொண்டு அரசுசெய்யத் தொடங்கினரென்றும், 1626 ல் கண்டியரசன் மீண்டும் படையேற்றி யாழ்ப்பாணத்தைப் பிடிக்குமாறு ஒரு பெரிய சேனையையும் அதற்குச் சேனாபதியாகச் சேனாவீராத்தின அத்தப்பற்று முதலியையும் அனுப்பியபோது, பறங்கிகள் அச்சேனையை முதுகிடச்செய்தனரென்றும் கூறுகின்றது. எங்ஙனமாயினும் சங்கிலியினது சந்ததி யாழ்ப்பாணத்தில் நிர்மூலப்பட்டதுண்மையே. கொடுங்கோன்மை குலநாசமென்பது உண்மையாய்விட்டது.

அதுநிற்க, பரநிருபசிங்கனும் பறங்கிகளும் முன்னே இரகசியமாகப் பொருந்திக்கொண்டபடி பறங்கிகள் பரநிருபசிங்கனைத் திறையரசனாக்கி அவன் மகன் பரராசசிங்கனை அவனுக்குக்கீழ் ஏழூர்திபனாக்கினார்கள். அதன்பின்னர்க் காக்கைவன்னியனுக்குப் பெருந்திரவியமும் ஊர்காவற்றுறை அதிகாரமும் வேறு வரிசைகளும் கொடுத்தார்கள். பரநிருபசிங்கன் திறையரசு.

பரநிருபசிங்கன் ஒன்பது வருஷம் அரசுசெய்திறந்தான். அவன் இருக்கும்வரையும் பறங்கிகள் சமயவிஷயத்திலும் பொருள்விஷயத்திலும் கொடுங்கோல் செலுத்தாது ஒருவாறு அதிகாரஞ் செய்து வந்தார்கள். பரநிருபசிங்கனும் பறங்கிகளுக்கு கட்

பின்னுந் தனது சுவாதீனத்தை முற்றும் நழுவவிடாமல் சூழ்ச்சியோடரசுசெய்து குடிகளையுங் காத்துவந்தான். அவன் பறங்கிகளைத் துணைகேட்டபொழுது, சமயவிஷயத்திலும் தேசாசாரத்திலும் அவர்கள் ஒருவகையிலும் பிரவேசித்தலாகாதென்றும், அவர்கள் செய்யுமுதவிக்குத் தனக்குரியதாகிய மன்னார் அரசையும் யாழ்ப்பாணத்திலே சுவாதீனராக வர்த்தகஞ்செய்யு முரிமையையும் அவர்களுக்குக் கொடுப்பதாகவும் பேசிக்கொண்டான். பின்னர் யாழ்ப்பாணத்தில அவர்கள் பல்லாயிரம் படைவீரரை மடியக் கொடுத்தமையால் திறைகேட்டார்கள். அது நியாயமேயெனப் பரநிருபசிங்கன் உடன்பட்டான.

நல்லூர்க் கோட்டையைத்தமது வாசஸ்தானமாக்கல்.

அவ்வாறே பறங்கிகள் அவனிறக்கும்வரைக்கும் தமதுடன்படிக்கைப்படி நடந்து வந்தனர். அவன் இறந்தவுடன் அவர்கள் நல்லூர்க் கோட்டையைத் தமது வாசஸ்தானமாக்கினார்கள். புறமதிலை இடித்து அக்கற்களைக்கொண்டு யாழ்ப்பாணத்தில் இப்போதுள்ள கோட்டையைக் கட்டினார்கள்.

சிவாலயங்களையிடித்தல்.

சிவாலயம் சுப்பிரமணியாலயம் விநாயகராலயம் என்பவைகளையெல்லாம் இடித்தார்கள். அங்கிருந்த அரிய நிதிகளையெல்லாம் கவர்ந்தார்கள். ஆலயங்களைப் பறங்கிகள இடிக்கப்போகின்றார்களென முன்னருணர்ந்த பூசகர்கள் விக்கிரகங்களையெல்லாம் கிணறுகளிலிட்டு மண்ணினால் தூர்த்துவிட்டு அவ்விடங்களைவிட்டகன்றனர்.

பறங்கிகள்குடிகளைவருத்தல்.

அரமனையிலிருந்த திரவியங்களையெல்லாம பறங்கிகள் தமதாக்கினர். சனங்களையெல்லாம் கிறிஸ்தவர்களாகுமாறு நெருக்கினர். அது செய்யாதாரை ஒறுத்தனர். அவர்கள் பொருளைக் கவர்ந்தனர். கிறிஸ்தவராயினாருக்குப் பலவித உத்தியோகங்களைக் கொடுத்தனர். அவர்கள் தண்டத்துக்கஞ்சி அகத்தே சைவராகவும் புறத்தே கிறிஸ்தவராகவும் நடிப்பார் பலராயினர். கிறிஸ்தசமயப் பிரவேசஞ் செய்யோமென உயிர்விடுத்தாரும் அநேகர். அந்நியதேசஞ் சென்றாரும் அநேகர்.

வலம்புரிச்சங்கு. அநுமதந்தம்.

பறங்கிகள் நல்லூர் அரமனைக்குள்ளிருந்த திரவியங்களைச் சோதிக்கும்போது ஒரு மிகப்பெரிய அரிய வலம்புரிச்சங்கும் அநுமாருடைய தந்தமும் அகப்பட்டன. பறங்கிகள் அச்சங்கைப் பைகோவையரசனுக்கு ரூபா 6000 க்கு விற்றார்கள். அநுமாருடைய பல்லையும் அவ்வரசன் ரூபா 400000 கொடுப்பதாகக் கேட்டும் பறங்கிகள் அதனைப் புத்தரது பல்லெனவெண்ணிக் கொடுக்காது தீயிட்டழித்தனர். யாழ்ப்பாணத்தரசர் நெடுங்காலமாக வைத்திருந்த முத்துப்பந்தர் முத்துக்குடைகளையும் எடுத்துக் கோவைக்கனுப்பினார்கள்.

முத்துப்பந்தர் முத்துக்குடை.

நல்லூர்க்கோட்டையைபிடித்து வீடுகட்டல்.

பின்பு பறங்கிகள் நல்லூர்க் கோட்டையையுமிடித்து அக்கற்களைக்கொண்டு பறங்கித்தெருவில் அநேக வீடுகளும் *மாளிகைகளும் கட்டினார்கள். அதன்பின்னர்க் கிராமங்களிலிருந்த கோயில்களையெல்லாந் தேடியிடித்து அங்கிருந்த விலையுயர்ந்த விக்கிரகங்களையும் திருவாபரணங்களையுங் கொள்ளைகொண்டார்கள். பிராமணர்களெல்லாம் அகப்பட்ட விக்கிரகங்களைக் கிணறுகளிலும் குளங்களிலும் மறைத்துவிட்டு அந்நாட் காடாயிருந்த இடங்களுக்கோடிக் குடிகொண்டு மறைந்து வாழ்ந்தார்கள்.

பிராமணர் காட்டுக்கோடல்.

பராசசிங்கனை மந்திரியாக்கல்.

பரநிருபசிங்கன் இறந்தபின்னர் அவன்மகன் பராசசிங்கனைப் பறங்கிகள் முதன்மந்திரியாக்கினார்கள். அவன் கல்வியறிவிலும் ஒழுக்கத்திலும் விவேகத்திலும் இராச்சியோபாயத்திலும் மிகச்சிறந்தவன். அதனால் அவன் பறங்கிகளுக்கும் குடிகளுக்கும உவப்புடையனாய் விளங்கினான். பறங்கிகளும் அவனுடைய எண்ணப்படியே பெரும்பாலும் அரசு புரிந்து வந்தார்கள். அவர்கள் அவனை மிக்க கண்ணியமாக நடத்தினார்கள். அவனும் சில்காலத்தில் இறந்தான். இறக்கும்போது தனது குமாரர் எழுவரையும் ஏகபுத்திரியையும் அழைத்துத் தனது வி

* இக்கோட்டைக்கற்களில் சிவாசாசனங்கள் சில படிக்கல்லாகப் பறங்கித்தெருப் பழையவீடுகளிலும், கோட்டைமதிலிலும் வைத்துக் கட்டப்பட்டிருக்கின்றன. அவற்றுள் பஜநாகந்தர் வீட்டிலுள்ளது விசேடமானது.

பரராசசிங்கன் கிராமங்களைப் பிள்ளைகளுக்குப் பங்கிடல்

ராமங்களைப் பிரித்துக்கொடுத்தான். அழகாண்மை வல்லவன் என்னும் மூத்த குமாரனுக்கு நல்லூரையும் கள்ளியங்காட்டையும் கொடுத்து அவனைத்தனது அரமனையிலிருக்குமாறு கட்டளையிட்டான். அவ்வரமனையின் மேற்குவாயிற் கோபுரமாத்திரம் இன்றும் அழியாதிருக்கின்றது. இரண்டாங்குமாரனாகிய தனபாலசிங்கனுக்கு மல்லாகத்தைக் கொடுத்தான். மூன்றாங் குமாரனாகிய வெற்றிவேலாயுதனுக்குச் சண்டிருப்பாயைக் கொடுத்தான். நான்காங்குமாரனாகிய விசயதெய்வேந்திரனுக்கு அராலியைக் கொடுத்தான். ஐந்தாங் குமாரனாகிய திடவீரசிங்கனுக்கு அச்சுவேலியைக் கொடுத்தான். ஆறாங்குமாரனாகிய சந்திரசேகரனுக்கு உடுப்பிட்டியைக் கொடுத்தான். ஏழாங் குமாரனாகிய இராசரத்தினத்துக்குக் கச்சாயைக் கொடுத்தான். புத்திரியாகிய வேதவல்லிக்கு மாதகலைக் கொடுத்தான். மாதகல் வேளாண்டலைவனும் பரராசசிங்கன் மடைப்பள்ளியதிபனுமாயிருந்த இராசேந்திரமுதலி மகனே இவளை விவாகம்புரிந்தவன். அவன்பெயர் தனபாலமுதலியென்ப.

கோயில்களையிடித்தாழைக்கு டுத்தல்.

பரராசசிங்கன் இறக்கும்வரையும் பறங்கிகள் அவன்பொருட்டாகக் கீரிமலையிலிருந்த திருத்தம்பலேசுவரன்கோயிலையும் நல்லூர்க்கந்தசுவாமிகோயிலையுமாத்திரம் இடியாதுவிட்டிருந்தார்கள். அவன் இறந்தவுடன் அவைகளையும் இடித்தொழித்தார்கள். அவர்கள் இடிக்குமுன்னே கீரிமலையிலிருந்த விக்கிரகங்களை அக்கோயிற் குருக்களாகிய பாசுபாணி ஐயர் ஒரு கிணற்றுளிட்டு மண்ணால் தூர்த்துவிட்டு அவ்விடத்தினின்றும் நீங்கினர். இப்பிராமணோத்தமரது சந்ததியார் இன்றுமுளர். நல்லூர்க் கந்தசுவாமிகோயிலை இடிக்குமுன் அதன் மெய்காப்பாளனாயிருந்த சங்கிலியென்னும் சைவப்பண்டாரம் அக்கோயில் விதானங்கள் வரையப்பட்ட செப்பேடு செப்புச்சாசனங்களையுந் திருவாபரணங்களையுங் கொண்டு மட்டக்களப்புக் கோடினான். அங்கிருந்த சிலாவிக்கிரக

ங்கள் தாமிரவிக்கிரகங்களையெல்லாம் அக்கோயிற் குருக்கள்மார் பூதராயர் கோயிலுக்குச் சமீபத்தே யுள்ள குளத்திலே புதைத்துவிட்டு நீர்வேலிப்பகுதிக்கோடினர். இவ்வளவிலே இடங்கடோறும் உந்நத விசித்திர கோபுரங்களோடும் மதில்களோடும் விளங்கி யாழ்ப்பாணநாட்டைச் சிறப்பித்து நின்றனவும் 1500 வருஷகாலமாகத் தமிழரசரும் பிரபுக்களும் பெருநிதிகொண்டு நிருமித்துப் பாதுகாத்து வந்தனவுமாகிய ஆலயங்களையெல்லாம் பறங்கிகள் கை சிறிதுங் கூசாது தகர்த்துச் சித்திரமணஞ் சிறிதுமில்லாத நாடாக்கிவிட்டார்கள்.

அவர்களால் இடிபட்ட விசித்திராலங்காரமான பெரிய ஆலயங்கள் இவைமாத்திரமா! 1622 ல் திரிகோணமலையிலே சுவாமிமலைமேலிருந்த மகோந்நதமானதும் அதிவிநோத சித்திர சிற்பாலங்காரங்கள் அமைந்ததுமாகிய கோபுரத்தோடு கூடிய ஏழுமதிலும் அநேக மண்டபங்களுமுடைய சிவாலயத்தையுந் தகர்த்துவிட்டார்கள். 1552 ல் சீதாவாக்கையில் தினமொன்றுக்கு இரண்டாயிரம் சிற்பர்கூடி வேலை செய்தால் இருபது வருஷத்திலும் முடித்தற்கரிய மகத்தான அற்புதாலங்காரமான கருங்கல்லுத் திருப்பணியுடையதென்று பறங்கிச்சரித்திரகாரன் தானே பாராட்டிய சிவாலயததையும் இடித்தொழித்தார்கள். தேவேந்திரபுரமெனக் காலிக்கப்பாலுள்ள இடத்தில் (Dondra) பொன்மயமான சிகரங்களோடுகூடி யுயர்ந்து வானளாவிய கோபுரங்களையும், மூடுபாவுடைய தோரண மண்டபங்களையும், அநேக விசித்திரமான உள்மண்டபங்களையு முடையதாய்க் கடல்மேற் செல்வோர் கண்களையுங் கவர்ந்து இலங்கையைச் சிறப்பித்து நின்ற விஷ்ணுவாலயத்தையுங் கைகூசாது இடித்தழித்துவிட்டார்கள். அவர்கள் இலங்கையிலுள்ள செல்வத்தைக் கவர்ந்ததுமன்றி இலங்கையின் செயற்கையழகெல்லாவற்றையும், அ

திரிகோணமலைச் சிவாலயம்இடிபட்டது.

சீதாவாக்கைச்சிவாலயம்

தேவேந்திரபுரத்துவிஷ்ணுவாலயம்

முகைக்கண்டறிசயித்துக் கண்ணினாலானந்தங்கொள்ள அறியாத பிசாசுகள்போல் அழித்து மகிழ்ந்தார்கள். அவர்கள் இராச்சிய அவாவும் பொருளாசையும் கிறிஸ்தசமயாபிமானமுமன்றி, மற்றுநீதியும் கருணையும் சிறிதுமில்லாது தமிழ்க்குடிகளையும் சிங்களக்குடிகளையும் வனமிருகங்கள்போல் மதித்தரசுசெய்யத் தலைப்பட்டார்கள்.

இராச பட்டம் நீக்கல்.

பறங்கிகள், இனிமேல்இராசகுடும்பத்தார் தம் பெயரோடு இராசாவென்னும் பட்டப்பெயரைச் சேர்த்து வழங்கலாகாதெனத் தடுத்து முதலியெனத் தஞ்சாதிப்பட்டப்பெயரை யொட்டியே வழங்கல்வேண்டுமெனச் சட்டஞ்செய்தார்கள். அவர்கள் பரராசசிங்கனுக்குக் கொடுத்த முதன்மந்திரி பதத்தை அவன் இறந்தபின்னர்ப் பிறருக்குக் கொடாது நிறுத்தி நான்கு மாதாக்கர்களை நியமித்தார்கள். இராசரத்தின முதலிமகனாகிய சோழசிங்கச் சேனாதிராசமுதலியைக் கீழ்நாட்டுக்கு மாதாக்கனாக்கினார்கள். மேல்நாட்டுக்கு விசயதெய்வேந்திர முதலியை மாதாக்கனாக்கினார்கள். அழ்காண்மைவல்ல முதலிமகன் இராசவல்லப முதலியைத் தென்பகுதிக்கு மாதாக்கனாக்கினார்கள். வடபகுதிக்குத் திடவீரசிங்கமுதலிமகன் குமாரசூரிய முதலியை மாதாக்கனாக்கினார்கள்.

மாதாக்கர்கள்.

இந்நான்கு மாதாக்கர்களும் பறங்கிகளுடைய எண்ணப்படி குடிகளை வசமாக்கி அதிகாரஞ்செய்துவந்தார்கள். இக்காலத்திலே சோழநாட்டிலேயுண்டாகிய இராசகலகத்துக்கஞ்சி அங்கிருந்து அநேக வேளாண்குடும்பங்கள் புறப்பட்டு வந்து வட்டுக்கோட்டையிலும் காரைதீவிலும்குடியேறின. (கார்காத்த வேளாளர் என்னுஞ் சொல்லைக் காரைக்கால் வேளாளரென்றும் காரைக்காட்டு வேளாளரென்றும் அறியாது வழங்குவர்.)

மீன்குத்தகை.

பறங்கிகள் இவ்வாறரசுசெய்து வருகையில் மீன்குத்தகைவிற்று அரசிறையைப் பெருக்கவேண்

ணினார்கள். அக்குத்தகையை வாங்குதற்கு வேளாளர் பின்னிட்டார்கள். அதுகண்டு கரையார் அநேகர் திரண்டு தம்முள்ளே ஒருவனை அதிகாரியாக்கி அவன்பெயரில் வாங்கிப் பணத்தைச் சேர்த்துக் கொடுத்தார்கள். ஆயினும் பறங்கிகள் எண்ணப்படி பெருந்தொகைக்கு விற்கவில்லை. வேளாளர் அக்குத்தகையை ஏற்றிருந்தால் அவருள்ளே தனவந்தர் அநேகர் இருந்தமையால் எனக்கெனக்கென்று விலையேறியிருக்கும் எனவெண்ணிப் பறங்கிகள் வேளாண்மந்திரியிடத்துச் சிறிது வெறுப்புடையராகிக் கரையாருள்ளும் ஒருவனை மந்திரியாக்கி அவனுக்குத் தொன்பிலிப்பு குருகுலநாயகமுதலி என்னும் பட்டமுங் கொடுத்தார்கள். கடற்றுறை அதிகார முழுதும் அவனுக்கே கொடுத்தார்கள். அவன் தனக்குக்கீழுள்ள அதிகாரங்கள் கணக்குவேலைகள் கண்காணிவேலைகளை எல்லாம் தன்குலத்தவர்க்கே கொடுத்தான். அதுகாறும் வேளாளரது அதிகாரத்தால் கீழ்ப்பட்டுக்கிடந்த அக்குலம் இவன் காரணமாகச் சிறப்படையத் தொடங்கிற்று. அவர்களும் அச்சிறப்பினால் தமது கிளையினின்றும் பிரிந்து தாமொரு கிளையாகிப் பறங்கிகளுடைய போக்குகளுக்கெல்லாமிணங்க நடந்துவந்தனர்.

முதலிப் பட்டம்.

முதலியென்னுஞ் சிறப்புப்பெயர் பண்டைக்காலமுதல் வேளாளருக்கே உரியதாயிருந்தது. பறங்கிகள் அதனைக் கரையாருக்குமாக்கினர். தமிழரசர் காலத்தில் மந்திரி இலிகிதர் முதலிய உத்தியோகங்களிலிருந்தவர்கள் பெரும்பாலும் வேளாண்முதலிகள். அதுபற்றிப் பறங்கியரசு ஒல்லாந்தவரசுகளிலும் அவ்வுத்தியோக முடையவரெல்லாம் முதலியாரெனப்பட்டனர். பின் அவ்வுத்தியோகமும் முதலியுத்தியோகமெனப்பட்டது. வன்னியர் ஆண்ட இடத்துக்கு வன்னியென்னும் பெயர்வந்தது. அவ்வன்னியரை யடக்கி அவ்வன்னியைக் கைக்கொண்ட வேளாளர் வன்னியனாரெனப் பட்டார்கள். இதுவே வன்னியருக்கும் வன்னியனாருக்குமுள்ள வேற்றுமை.

வன்னியனார்.

அதுநிற்க, பறங்கிகள் இவ்வாறரசுசெய்துவருங்காலத்தில் ஒல்லாந்தர் என்னுமோர் ஐரோப்பிய சாதியார் இலங்கையில் வந்திறங்கி இலங்கையரசனோடுறவாடினர். அவ்வரசன் அநுமதியோடு கொட்டியாரத்தில் அவர்கள் ஒருகோட்டை கட்டினார்கள். 1612 ல் அக்கோட்டையைப் பறங்கிகள் தகர்த்தார்கள். பறங்கிகள் திரிகோணமலையிலும் மட்டக்களப்பிலுங் கோட்டைகளைக் கட்டி அரசுசெய்யத் தலைப்பட்டார்கள். அதுகண்டு கண்டியரசன் அவர்களை அங்குநின்றும்மோட்டிவிட முயன்றான். பறங்கிகள் 213000 பறங்கிப்படையும் 6000 காப்பிரிப்படையும் சேர்த்துக்கொண்டு நாட்டிற் படையேற்றி, நாட்டையழித்துச் சூறையாடிப் பெண்களைக் கற்பழித்துப் பெருங் கொடுமை செய்தனர். அதுகேட்டுக் கண்டியரசனாகிய இராசசிங்கன் தன்படையோடு அவர்களை எதிர்த்து அவ்வளவு சேனைகளையும் வாளுக்கிரையாக்கித் தலைகளைச் சேர்த்தடுக்குவித்து மலையாக்கித் தந்தைக்குக் காட்டினான். இதனோடு பறங்கிகளுக்குக் கேடுகாலந் தொடங்கிற்று.

ஒல்லாந்தர். பறங்கிகள் தோல்வி. தலைமலை

1639 ல் வெஸ்தர்வால்டு என்னும் ஒல்லாந்த தளபதி மட்டக்களப்புக் கோட்டையைப் பிடித்துப் பறங்கிகளை ஓட்டிவிட்டுக் கண்டியரசனோடு துணையுடன்படிக்கைசெய்து கொண்டான். அவ்வருஷத்து மேமீ 13௳ திரிகோணமலையையுங் கவர்ந்தான். 1640 ம் ஞு பெப்ரவரிமீ 3௳ ஒல்லாந்தர் பறங்கிகளையோட்டி நீர்கொழும்பையும் கைப்பற்றினர். அத்தினமே ஒரு தளபதியையனுப்பிக் காலியையும் பிடித்தனர். அவ்வருஷம் நவம்பர்மீ 18௳ பறங்கிகள் நீர்கொழும்பைப் போரில் மீட்டனர். 1644 ல் ஒல்லாந்தர் நீர்கொழும்பை மீட்டனர். 1655 ம் ஞு டிசெம்பர்மீ 10௳ யாழ்ப்பாணத்துப் பறங்கித்தேசாதிபதியாகிய அந்தோனி அமிறல் என்பவன் கொழும்புக்குச் சென்றவழியில் அவனை ஒல்லாந்தர் பிடி

ஒல்லாந்தர் மட்டக்களப் புமுதலியவிடங் களைப்பிடித்தல்.

த்துச் சிறையிலிட்டார்கள். 1656 ல் ஒல்லாந்தர் கொழும்புக்கோட்டையை ஏழுமாசம் அடைமதில் (முற்றுகை) செய்து, ஈற்றில்பறங்கிகள் சரண்புக, அதனையும் பிடித்தார்கள். 1658 ம் ௵ பெப்ரவரி௴ 22௳ மன்னாரையும்பிடித்தார்கள். எப்பிரில்௴ 16௳ ஊர்காவற்றுறையையும் பிடித்தார்கள். யாழ்ப்பாணக்கோட்டையையும் மூன்றரைமாசம் மதிலடைத்து வளைந்திருந்து ஜூன்௴ 22௳ பிடித்தனர். அதனுள்ளே இருந்த 50 பறங்கிக் குருமாரை இந்தியாவுக்கு அனுப்பினர். யாழ்ப்பாணத்துக் கோட்டையை ஒல்லாந்தர் எளிதிற் பிடித்தமைக்கு அனுகூலியாயிருந்தவன் உலகுகாவலமுதலியென்பவன். அவன் சோழநாட்டில் இராசதுரோகக் குற்றத்துக்குத் தப்பியோடி யாழ்ப்பாணம் வந்து காரைதீவிலே தன்குடும்பத்தோடு வாழ்ந்தவன். பெருஞ்செல்வமும் அதிகாரமுமுடையவன். பறங்கியதிகாரிகளோடு நண்பு பூண்டிருந்தவன். ஆயினும் அவன் அவர்களுடைய கொடுங்கோன்மை கண்டு பொறுஞுகி அவ்வரசை நீக்கச் சமயம்பார்த்திருந்தான். அவனை ஒல்லாந்தர் துணையாகும்படி கேட்க அவனும் உடன்பட்டான். சமயம்பார்த்து ஓரிரவு அவன் ஒல்லாந்த தளபதியைக் கொண்டுபோய்ப் புழைக்கதவால் கோட்டையினுள்ளே பிரவேசிக்கும்படி செய்தான். அச்சமயம் பறங்கிசள் காவல்விழிப்பின்பொருட்டு ஓரிடத்தில் கூடி ஆடல்பாடல்களிற் பொழுதுகழிப்பாராயினர். அதுகண்டு ஒல்லாந்த சேனை முழுதுங் கோட்டைக்குள் நுழைந்தது. விடியுமுன் ஒல்லாந்தர் தங் கொடியுயர்த்தி உள்ளிருந்த பறங்கிவீரர் அநேகரை வெட்டி அகழிகளிலிட்டனர். எஞ்சினோர் சரணடைந்தனர்.

ஒல்லாந்தர்கொழும்பைப்பிடித்தல்.

யாழ்ப்பாணம்பிடிபடல்.

உலகுகாவலமுதலி.

விடிந்தவுடன் ஒல்லாந்தர் யாழ்ப்பாணத்தரசு கைக்கொண்டமைக் கறிகுறியாகப் பெருவிருந்தயர்

ஒல்லாந்தவரசு.

ந்து விழாக்கொண்டாடி ஊரெங்கு மதிரும்படி பீரங்கிகளைக் கொளுத்தினர். ஊரவர்களும் பறங்கியரால் தாம் அநுபவித்த துன்பமுந் தீர்ந்ததுபோலுமெனக் களிப்படைந்தனர்.

ஒல்லாந்த அரசினர், தாம் இராச்சியங் கைக்கொண்டமையைப் பிரசித்தஞ்செய்து, பறங்கிக்குருமாரை மறைத்துவைப்போரும் அவருக்கு இடங்கொடுத்துச் சகாயஞ்செய்வோரும் கொலைத்தண்டம்பெறுவரென ஆணைபோக்கினர். அதுகண்டு கிராமங்களிலிருந்த குருமாரும் யாழ்ப்பாணத்தை விட்டகன்றனர். ஒல்லாந்தர் கொடியுயர்த்தியவுடன் தம்து புதியகிறிஸ்துமதத்தை (Protestant Christianity) ப் பிரசங்கித்தனர். இதனை யாழ்ப்பாணத்திலே முதன்முதற் பிரசங்கித்தவர் பால்டியஸ்பாதிரி (Dr. Baldeus). இவர் அந்நாள்முதல் முப்பதுவருஷத்தில் (1688 ல்) யாழ்ப்பாணநாட்டில் 1,80,000 பேரைக் கிறிஸ்தவராக்கியதாக விஞ்ஞாபனஞ்செய்திருக்கின்றனர். அக்காலத்தில் யாழ்ப்பாணநாட்டில் 5,00,000 சனம்குடியிருந்ததென்பர். தமிழரசர்காலத்திலே ஈழம் ஒருகோடி இலங்கை எண்கோடி ஆக இலங்கைமுழுதும் நவகோடி இராச்சியமென்பது பழமொழி. இதனுண்மைக்கு இலங்கையிலுள்ள பல்லாயிரம் ஏரிகளும் கிராமங்களும் காடுமண்டிப் பாழாய்க்கிடத்தலே சான்றாகும். கடைமுறையாய்க் கண்டியிலிருந்தரசியற்றிய ஸ்ரீ. விக்கிரமராசசிங்கனுடைய பௌத்திரனைத் தஞ்சாவூர் மானம்பூச்சாவடியில் ஆங்கிலவரசர் பாதுகாப்பிலிருக்கும் அழகிய மணவாள சிங்களராசா அவர்களும் இலங்கை நவகோடிராச்சியமென்னும் பழமொழி கூறக்கேட்டாம். [மகாநவமிச்சாவடி மானம்பூச்சாவடி என வழங்குகின்றது.]

அதுநிற்க, ஒல்லாந்தர் அரசுசெய்யத் தொடங்கியபோது அரசிறைப்பகுதிக்கு அதிகாரியாக வே-

ளாண்டலைவனாகிய பூதத்தம்பிமுதலியையும், நிருப ப்பகுதிக்கு அதிகாரியாகக் கரையார் தலைவன் (குருகுலத்தலைவன்) ஆகிய மனுவல் அந்திராசியை நியமித்து அவனுக்குப் பறங்கிக்காரர்போல முதலிப்பட்டமளித்தார்கள. இருவரையும் ஒல்லாந்தர் மந்திரிமாராகப் பாவித்து அவர்களை வினவியே அரசுசெய்துவந்தார்கள். தமது கிறிஸ்துசமயத்தைப் பரவச்செய்வதும் கறுவாப்பட்டை முதலிய வியாபாரவஸ்துக்களை விருத்திசெய்வதும் போக்குவரவுக்கேற்றசாதனங்களைச் செய்வதுமே அவர்களுடைய அரசுநெறியாகவிருந்தது. அவர்கள் உலகுகாவலமுதலிசெய்த உபகாரத்துக்குப் பெருந்திரவியமும் இராசவாயில் முதலியென்னும் உத்தியோகமுங் கொடுத்தார்கள். நாகபட்டினத்திலிருந்து வந்து ஊர்காவற்றுறைக் காவற்றலைமை பூண்டிருந்த குருகுலத்தலைவனாகிய புண்ணியாண்டான் செய்த உதவிக்காகக் கொழும்புத்துறையில் ஒரு கிராமத்தைக் கொடுத்தார்கள்.

பூதத்தம்பி அந்திராசி.

பூதத்தம்பிமுதலியும் அந்திராசிமுதலியும் பெருநட்புடையராய்த் தத்தம்பகுதி அதிகாரத்தைச் செய்துவரும்போது, ஒருநாள், பூதத்தம்பி தனது மாளிகையில் நடந்த விருந்துக்கு அந்திராசியையும் அழைத்தான். அந்திராசி செல்லுதலும் அவனைப் பூதத்தம்பி உபசரித்தழைத்துத் தனிமையானவோரறையிலே போசனம்படைப்பித்து, அவனுண்ணும் வரையும் பக்கத்தில் நின்றுபசாரஞ் செய்யுமாறு இரண்டு ஏவலாளரை வைத்துவிட்டு, மற்றவிருந்தினரை உபசரிக்குமாறு சென்றான். பூதத்தம்பிமனைவி பந்தி மேல்விசாரணைசெய்துகொண்டு போகும்போது, அந்திராசி இருந்துண்ணும் அறையிலுஞ் சென்று பரிசாரகரையழைத்து, வேண்டிய உண்டிவகைகளைக் குறைவின்றிப் படையுங்களெனத் தூண்டிப் போனாள். அந்திராசி பிறர்மனைவியுரைப் பெற்றதா

பூதத்தம்பி விருந்திடல்.

அந்திராசி விருந்தருந்தல்.

யென மதிக்கும் விரதமில்லாதவனாதலின் அவள் முகத்தழகைக் கண்டான். இனிய குரலழகையுங் கேட்டான். அவள் நடையழகையு நோக்கினான். அவன்நோக்கோடு உள்ளமும் அவள்பாற்செல்லப்பெற்றான். தணியாப் பெருங்காதல் மூளப்பெற்றான். அவன் அருந்திய விருந்தெல்லாம் அவனுக்கு வேம்பாயிற்று. பரிசாரகர் வினாவுக்கு அவன் யாதுங் கூறாது மரமாயிருந்தான். பலகாற் கேட்டபின்னர் அவன் உணர்வு வந்து போதுமெனக் கூறி எழுந்து வாய் சுத்திசெய்துகொண்டு போய் ஆசாரமண்டபத்திலிருந்து, பூதத்தம்பியோடு பேசிக் கருத்தொருபாலிருக்கத் தாம்பூலந்தரித்து விடைபெற்று வீட்டுக்கு மீண்டான்.

அந்திராசிமுறைகேடு.

அவன் வீடுபோய்ச் சேர்ந்தவுடன், தங்கக் காசுகளும் வாசனைத்திரவியமும் ஒருபட்டாடையும் ஒரு சந்தனப்பெட்டியிலிட்டு, "இதனைக் கொண்டுபோய்ப் பூதத்தம்பி மனைவி அளகவல்லி கையில் யாருமறியாவகை கொடுத்து, யான்வந்து கொண்டாடுதற்கு ஏற்றகாலம் யாது" என்று கேட்டுவாவென ஒரு தூதனிடங் கொடுத்து அவனை அனுப்பினான். அவன் சென்று பூதத்தம்பியில்லாத சமயம்பார்த்து அவள் கையிற் கொடுத்துத் தன் தூதைச் சொன்னான். அஃது அவள் செவியில் உருக்கிய ஈயநீர்போலப் பாய்ந்தது. அவள் கொடுஞ் சினங்கொண்டு ஒரு செருப்பையெடுத்து அப்பெட்டிமீது வைத்துக் கட்டுவித்து இதனைக் கொண்டுபோய் அப்பாதகன் கையிற் கொடுத்திடுகவென்று அத்தூதனையுங் கண்டித்தனுப்பினாள். தூதன் நடந்ததைச் சொல்லிப் பெட்டியையுங் கொடுத்தான். அந்திராசி, "உலகமெல்லாமென்னடி வணங்க அளகவல்லிக்குமாத்திரம் மதிப்பில்லாதவனானேன், என் தூதனும் என்னை மதிக்கமாட்டானே" என வெட்கமும் துக்கமும் மானமும் தூண்ட, ஆறாக் கோபமுடையனாகி, இவள்

செருக்கை அடக்குவேன் எனச் சபதமிட்டுச் சமய ம்பார்த்திருந்தான். அளகவல்லி அச்செய்தியைத் தனது நாயகனுக்கு உடனே சொல்லின் பெரும்ப கை விளையுமென்றஞ்சிச் சாந்தமான காலம்பார்த் தறிவிக்க எண்ணியிருந்தாள். இரண்டு மூன்று தின த்தில் அந்திராசி பூதத்தம்பியிடஞ் சென்று ஒரு வெள்ளைக்காகிதத்தை நீட்டிக், "கச்சாய்த்துறைக் குச் சில மரங்களுக்குக் கட்டளையனுப்பவேண்டும், மரம் இத்தனையென்று கணக்குப்பார்த்து உடல்வா சகமெழுதிக்கொள்ளுவேன். பின்பு உமக்குச் சாவ காசமிருக்காது, இதிற் கையெழுத்திட்டுத்தாரும்" என்றான். பூதத்தம்பி அதனைச் சரதமென்றெண் ணிக் கையெழுத்திட்டுக் கொடுத்தான். அந்திராசி தன் எண்ணம் முடிந்ததென்று மகிழ்ந்துகொண்டு போய் மாறுகரலிகிதத்தில் உடல்வாசகத்தைப் பற ங்கித்தலைவனுக்கு ஒல்லாந்தரை வெல்லத் துணைபுரி வதாகவெழுதி ஒரு தூதனிடமனுப்பிய பாவனைசெ ய்து, அதனைத் தான் ஐயுற்றுப் பிடித்தான்போல நடித்து ஒல்லாந்த தேசாதிபதிக்குக் காட்டினன். தேசாதிபதி அதனுண்மையை ஆராய்ந்து பொய்யெ னக்கண்டு அதனைத் தள்ளினன். அந்திராசி இதனு ண்மையை நானறிவேன் இதுசெய்த பூதத்தம்பியை த்தப்பவிட்டால் ஒல்லாந்தவரசுக்குப் பழுதுண் டாம். என் உயிரும் தப்பாதென்றான். அதற்குத் தேசாதிபதியிணங்கிக் கொலைத்தீர்ப்பிட்டான். ஊர் காவற்றுறையிலே கடற்கோட்டை கட்டுவித்துக் கொண்டிருக்குந் தேசாதிபதி தம்பி, பூதத்தம்பிக் குற்றநட்பினனாதலின், அவனறியின் இத்தீர்ப்பு நி றைவேறாதென எண்ணி, அந்திராசி காலதாமதஞ் செய்யாது அவ்விரவிற்றானே அநியாயமாகப் பூதத் தம்பியைக் கொல்வித்தான். உடனே அளகவல்லியு முயிர்விட்டாள். பூதத்தம்பி மைத்துனனாகிய கை லாயவன்னியன் அதனையறிந்து கொழும்புக்குச் சென்று பெரிய தேசாதிபதிக்கு நடந்தவைகளைக்

அந்திரா சிவஞ்ச னை.

பூதத்தம் பியைக் கொல்ல ல்.

கூறினன். உடனே அவன் யாழ்ப்பாணதேசாதிபதியையும் அந்திராசியையும் பிடித்துவருமாறு சேவகரையனுப்ப, அவர்கள் தேசாதிபதியைக் கப்பல் மார்க்கவும் அந்திராசியைக் கரைமார்க்கமாகவுங் கொண்டு சென்றார்கள். செல்லும்போது தேசாதிபதி கடலிற்பாய்ந் துயிர்விட்டான். அந்திராசி பண்டாரத்தார் தோப்பென முசலிக்குச் சமீபத்திலுள்ள காட்டில் யானையடித் தரைத்துக் கொல்லப்பட்டான்.

அந்திராசியானையடித்திறத்தல்.

இவ்விஷயத்தைப் பறங்கிச் சரித்திரகாரராயினும் ஒல்லாந்த சரித்திரகாரராயினும் விவரமாக எழுதினாரில்லை. ஒல்லாந்த பாதிரியாகிய பால்டியஸ் என்பவர், ஓர்ராசதுரோகச் சூழ்ச்சி தமக்கறிவிக்கப்பட்டதென்றும், அச்சூழ்ச்சியிலே மன்னாரானொருவனும் பூதத்தம்பியும் ஐந்து பறங்கிகளும் ஒரு குருவுஞ் சேர்ந்தார்கள் என்றும், முந்திய எழுவரும் சிலுவையிற் கட்டிக் கண்டத்தைக் கொத்தியும் நெஞ்சைப் பிளந்து ஈரலைப் பிடுங்கி அவர்கள் முகத்தில் எறிந்துங் கொல்லப்பட்டார்களென்றும், குருச் சிரச்சேதஞ்செய்து கொல்லப்பட்டாரென்றும், அச்சூழ்ச்சியிற் சேர்ந்த இன்னும் பதினொருவர் அடித்துதைத்துத் தூக்கிலிட்டுக் கொல்லப்பட்டார்களென்றும், அவ்வாறு கொல்லப்பட்ட பிணங்களெல்லாம் சிலுவையினின்றும் தூக்குமரத்தினின்றும் நீக்கிக் கழுகுகளும் பருந்துகளும் விருந்து கொள்ள மரங்களிலே தூக்கப்பட்டனவென்றும், இராசதுரோகச் சூழ்ச்சியைக் கண்டுபிடித்தவன் மனுவல் அந்திராசிமுதலியென்றுங் கூறுகின்றார்.

இதனால் பாதிரியார் எழுதியதும் ஒல்லாந்தர் இத்தண்டம் புரிந்ததும் அந்திராசியினுடைய வாய்மொழியை நம்பியே என்பதும், இத்தனை உயிர்க்கொலையும் அந்திராசி தன் சபதமுடித்தற்குச் செய்த வஞ்சனையால் வந்ததென்பதும், கன்னபரம்புரை

சரித்திர வேறுபாடு.

யாக வருங் கதையே உண்மையினையுடையதென்பதும், பூதத்தம்பிநாடகஞ் செய்த மாதோட்டத்துச் சுவான்கொஸ்தான்மகன் தாவீது என்பவன் இச்சம்பவத்துக்குச் சமீபகாலத்தவனாதலால் அவனுண்மையாராய்ந்தே பாடியிருத்தல்வேண்டுமென்பதும், பாடியவன் தானுங் கிறிஸ்தவனாதலின் கிறிஸ்தவனாகிய அந்திராசிமேல் அபவாதஞ் சுமத்த மனம்பொருந்தானென்பதும், உண்மையொருபக்கமும் பழியொருபக்கமுமாக. அரியசம்பவம் எக்காலத்தும் எவ்விடத்தும் நிகழ்வது இயல்பேயென்பதும் துணியப்படும். மேற்சொல்லப்பட்ட பால்டியஸ்பாதிரியெழுதிய சித்திரவதையாகிய குரூரதண்டத்தை வாசிக்க நெஞ்சம் திடுக்கிடுகின்றது. மனம் அருவருக்கின்றது. கண்டியரசனாகிய ஸ்ரீ. விக்கிரமராசசிங்கன் தனது ராச்சியத்தைப் பிடித்துக்கொடுக்க வஞ்சச் சூழ்ச்சிசெய்த ஏகேலப்பிள்ளையினது மனைவிமக்களுக்குச் செய்த தண்டத்தைக் குரூரதண்டமெனக் கூறி அருவருப்போர் பால்டியஸ் பாதிரியாலெழுதப்பட்ட ஒல்லாந்தர் செய்தியை நோக்குவாராயின், அதனிலுங் கொடிய பயங்கரமான அநாகரிகச்செயல் வேறில்லையெனக்கண்டடங்குவர். இராசதுரோகத்தினும் பெரியகுற்றமும் அதற்குரியதண்டத்தினுங் குரூரதண்டமும் இல்லை. இவை எல்லாத் தேசத்தாருக்கும் எல்லா இராச்சியத்தாருக்கும் உடன்பாடேயாம்.

அதுநிற்க, பூதத்தம்பிக்கு ஏகபுத்திரனே இருந்தான். அவன் பெயர் சோதிநாதன். அவன்மகன் பூதனாராய்ச்சி. பூதத்தம்பியினுடைய முன்னோரிடத்தில் புவனேகவாகுவினுடைய பதக்கமொன்றிருந்தது. அப்பதக்கம் அச்சந்ததியார்க்குப் பிதிரார்ச்சிதமாக வந்து பூதனாராச்சியார் காலத்தில் அவரால் கந்தசுவாமிகோயிலுக்குக் கொடுக்கப்பட்டது. அப்பதக்கம் இன்றும் நல்லூர்க் கந்தசுவாமிகோயிலிலி

பூதனாராய்ச்சி.

ருக்கின்றது. அதில் புவனேகவாகுவென்னும் பெயர் வரையப்பட்டிருக்கின்றது. பூதத்தம்பியிருந்தவிடம் பூதனாய்ச்சிவளவென நல்லூர்க் கந்தசுவாமிகோயிலுக்குக் கீழ்பாலிருக்கின்றது.

பூதத்தம்பியும் அந்திராசியும் இவ்வாறு இறந்த பின் உலகுகாவலமுதலியை ஒல்லாந்தவரசினர் மந்திரியாக்கினர். அவனுக்கு மரபாலுயர்ந்த முதலியினது சகோதரியை விவாகம்செய்து வைத்தனர். மரபாலுயர்ந்த முதலி பறங்கியரசரிடத்துத் தனுதிகாரியாயிருந்தவன். ஒல்லாந்தர் அந்த அதிகாரத்தை அவனுக்குக் கொடுத்தனர். உலகுகாவலமுதலி சில காலத்தில் இறந்தான். ஒல்லாந்தவரசினர் அவனிடத்து மிக்க மதிப்புடையராயிருந்தமையால் அவனுடைய அதிகாரத்தையும் அவனுக்குரிய வரிசைகளையும் அவன் மகன் இராசதுங்கமுதலிக்குக் கொடுத்தனர். அவன் தன் மாதுலனாகிய மரபாலுயர்ந்த முதலியினது ஏழுபுத்திரிகளுள்ளே ஒருத்தியை விவாகஞ்செய்தான். அவ்விவாகத்தை ஒல்லாந்ததேசாதிபதியும் பிரதானிகளும் சமுகமாயிருந்து சிறப்போடு நடாத்தினர்.

மரபாலுயர்ந்த முதலி.

இக்காலத்தில் காயற்பட்டினத்திலிருந்து சில சோனகர் வந்து மிரிசிவில் என்னுமிடத்திற் குடியேறினார்கள். அவர்கள் குடிகொண்டவிடம் உசன் என்னுஞ் சோனகத்தலைவனுக்கு உரியதாயினமையால் உசன் என வழங்குகின்றது. அச்சோனகர்கள் அங்குநின்றுமகன்று சோனகன்புலவிலே சிறிதுகாலம் வைகி, அதுவும்வாய்ப்பாகாமையால், இப்போது நல்லூர்க்கந்தசுவாமிகோயி லிருக்குமிடத்துக்கு மேல் பாகத்திலே குடிகொண்டார்கள். அங்கே ஒரு பள்ளிவாயிலுங் கட்டினார்கள். அப்பொழுது முன் இடிபட்ட கந்தசுவாமிகோயிலை மீளவுங் கட்டுதற்குத் தமிழர் முயன்று சோனகரை அவ்விடத்தினின்றும் நீக்கித் தருமாறு ஒல்லாந்த தேசாதிபதிக்கு விண்ண

சோனகர்.

ப்பஞ் செய்தார்கள். ஒல்லாந்த தேசாதிபதி அதற்க நுகூலஞ் செய்வதாகக் கூறியும் செய்யாது காலம் போக்கினன். அதுகண்டு தமிழர் சோனகரை அவ்விடத்தை விடும்படி கேட்டும் இரந்தும் பார்த்தார்த்தார்கள். முடிவில் அங்கிலத்துக்குப் பெருவிலைதருவதாயுங் கேட்டார்கள். சோனகர் அதற்கும் இசையாமை கண்டு தமிழர் ஒருபன்றியைக் கொன்று அவர்களுக்கெல்லாம் பொதுவாயிருந்த கிணற்றிலிட்டார்கள். அதுகண்டு சோனகர் தங்கள் நிலத்தை விற்றுவிட்டு நாவாய்த்துறை (நாவாந்துறை) க்குக் கிழக்கேயுள்ள இடத்தை வாங்கிக்கொண்டு அங்கே குடியேறினார்கள். அது சோனகதெருவென வழங்குகின்றது. சோனகர்கள் அக்காலமுதல் பெரும்பாலும் வியாபாரத்தையே தமதுதொழிலாகக் கொண்டுவாழ்ந்துவருகின்றார்கள். அவர்களுள்ளே முயற்சியின்றி இருப்பவர்களைக் காண்பதரிது. அவர்கள் சமயாபிமானமும் ஒற்றுமையும் பெரிதுமுடையவர்கள்.

ஒல்லாந்த தேசாதிபதிகளிற் சிலர்மாத்திரம் சற்றே நீதியாய் அரசுபுரிந்துவந்தார். அவர்களுள், (Rump) "இரம்பு" என்பவன் சாதுரியமும் காருண்ணியமுமுடையனாய் நீதிசெலுத்தினன். அப்பால் 1739 ல் தேசாதிபதியாய் வந்த (Van Imhoff) "வான் இம்மாவ்" என்பவன் செய்த துரைத்தனமும் சற்றே வியக்கத்தக்கது. அச்சியந்திரசாலையொன்று ஸ்தாபித்துச் சிலபுஸ்தகங்கள் அச்சிட்டவனும் இரேகுச்சங்கத்தை ஏற்படுத்தியவனுமிவனே. மற்றொருவன் 1765 ல் தேசாதிபதியான (Balk) "வால்க்" என்பவன். அவன் காப்பி, ஏலம், மிளகு என்னுஞ் செடிகளைப் பிறநாடுகளிலிருந்து கொணர்ந்து நாட்டிக் கிருஷிகத்தை மிகவிருத்திசெய்தான். கறுவாப்பட்டையையும் அமிதமாய்ச் செய்கைபண்ணுவித்தான்.

ஒல்லாந்த தேசாதிபதிகள்.

இனி மற்றைய தேசாதிபதிகளோ மிகக்கொடியர். சிலர் பரிதானப்பிரியர். வேறுசிலர் அடிமையாட்களை விற்றும், தனவான்களுக்கு "முதலியார்" "தொன்" என்னும் பட்டப்பெயர்களை விற்றும் பெரும்பொருளீட்டினர். இன்னும் (Versluys) "வேர்சுலே" என்னுமொரு தேசாதிபதி, "பொருளாவுடையார்க்குப் புன்மலமுமினிது" என்றபடி, பொருட்பிராந்தியினால், அரிசிவிலையைக் கண்டமட்டிலுமுயர்த்திப் பிறநாடுகளினின்றும் எளியவிலையில் அரிசிதருவித்துத் தானே வைத்துக்கொண்டு விற்றுப் பெரும்பொருளீட்டினன். பஞ்சத்தை நிவிர்த்திசெய்யவேண்டியவர் அரசராகவும், இவன் பஞ்சத்தை வலிந்தழைத்து நுழையவிட்டது குடிகள்மேல் வைத்த காருண்ணியந்தானே! இவர்கள் தற்காலத்துள்ளவாறு அக்காலத்திலும் கிராமங்கள்தோறும்கிராமாதிகாரிகளையும், ஊர்கள்தோறும் நீதிபதி முதலியோரையும் நியோகித்து அரசுசெய்துவந்தாராயினும், அவர்கள் செலுத்தியநீதி சுருக்கிக் கூறின் அநீதியே.

தேசாதிபதிகள் வியாபாரம்.

இனி மார்க்கவிஷயத்தில் யாது செய்தார்கள்! அவர்கள் தொடக்கத்தில், பறங்கிக்காரரைப்போல் அச்சுறுத்தியாயினும் மதஸ்தாபனம் செய்யாது, குடிகளாயுள்ளவர் வலிந்துபோய்ச் சேர்ந்து கிறிஸ்தவராதற்கேதுவான கொலைத்தண்டனையும் பிறதுன்பங்களுமாகிய தீய உபாயங்களால் தம்மதத்தைப் பரவச்செய்தார்கள். இவர்கள் வைசேடியக்கிறிஸ்தம் எனத் தகும் "புரோடெஸ்டாண்டு" கிறிஸ்து மதத்தார். பறங்கிகள் சாதாரணகிறிஸ்தம் எனத் தகும் "கத்தோலிக்க" கிறிஸ்துமதத்தார். அம்மதத்திற்கும் இம்மதத்திற்கும் பாம்புக்கும் கருடனுக்குமுள்ள பொருத்தம். ஒல்லாந்தருடைய முதல் நோக்கம், கத்தோலிக்கமதத்தைக் களைந்துவிட்டு அம்மதத்திற்குப் பதிலாகத் தம்மதமாகிய புரோடெஸ்டாண்டு மதத்தை நாட்டவேண்டுமென்பதாம்.

சமயசுவாதீன நீக்கல்.

ஒல்லாந்தஅரசியல்பு.

அதுநிற்க, பின்னைநாட்களில் வேறுமோருபாயஞ்செய்தார். அவர்கள் ஊர்கள்தோறும் பாடசாலைகளை ஸ்தாபித்து, அப்பாடசாலைகளுக்கே பிள்ளைகளை யாவரும் தப்பாதனுப்புதல் வேண்டுமென்றும், அங்ஙனந் தவறுவார்க்கு அபராதமிடப்படும் என்றும், இராசாங்கத்தில் உத்தியோகமும், வரிக்கு நிலங்களும் பெற விரும்புவோர், வைசேடியக் கிறிஸ்த குருமாரிடம் ஞானஸ்நானம் என்னும் சுத்தோதக புரோக்ஷணம்பெற்ற கிறிஸ்தவராயிருத்தல்வேண்டுமென்றும் விளம்பரஞ்செய்தார். இவைகாரணமாகச் சைவராயிருந்தவரினும் பௌத்தராயிருந்தவரினும், சாதியானுயர்ந்தோரும் தாழ்ந்தோருமாகிய அநேகரும், பறங்கிக்காரர்காலத்துக் கத்தோலிக்க பரம்பரையிலுள்ளாரிற் பலரும், அம்மதம் தழுவினர். இவர்கள்மாத்திரமா? இல்லை. யாழ்ப்பாணத்திலுள்ள பிராமணரினுமன்றோ அநேகர் தஞ்சைவசமய லாஞ்சனையாகிய விபூதி உருத்திராக்ஷமுதலியவைகளைத் துறந்து அம்மதப்பட்டார். அற்றேல், அந்நாளில் யாவரோ அம்மதப்படாதவர். இவ்வாற்றாலன்றோ 1688 ல் பால்டியஸ் என்னும் பாதிரி, யாழ்ப்பாண நாட்டில் மாத்திரம் கிறிஸ்தவராயினோர் தொகை (1,80,000) இலக்ஷத்தெண்பதினாயிரம் எனக் கொழும்பில் அக்காலத்திலிருந்து கொடுங்கோலோச்சிய ஒல்லாந்த தேசாதிபதிக்கு அறிக்கைப்பத்திரமனுப்பினர். அவர்களெல்லோரும் "கூலிக்குமார்பறைந்தார்" போல் சீவனோபாயத்தினிமித்தம் அவ்வேடம் பூண்டாரன்றி, மெய்ம்மையா லங்ஙனஞ் சேர்ந்தோரல்லர்.

ஒல்லாந்தர் தமது அரசுக்கு இறையைப் பெருக்குமாறு பலவகைச் சூழ்ச்சிகளும் செய்தனர். அடிமையாட்களுக்கு யாழ்ப்பாணத்தில் அதிக விலைபெறலாமெனக் கண்டு, சோழநாடு முதலியவிடங்களிலிருந்து ஏழைச்சனங்களை மரக்கலங்களிலேற்றிவந்

று விற்றனர். உயர்ந்த வஸ்திரங்கள் ஆபரணங்களுக்கு வரிவிதித்தார்கள். புதிதாகப் பொன்னகை அணிபவர்கள் அரசுக்கு ஒருபகுதி கொடுத்தணியவேண்டுமெனச் சட்டஞ் செய்தார்கள். அதனால் அநேகர் பொன்னகைகளை விடுத்து வெள்ளிநகைகளை அணிவாராயினர். பலர் காதுகளைக் குத்தித் துவாரஞ் செய்துவிட்டுப் பூஷணமின்றித் திரிவாராயினர். பெண்களிற் பெரும்பாலார் கீழ்க்காதன்றி மேற்காதிலே கொப்பு முருகு கன்னப்பூத் துவாரங்களைக் குத்தாது விடுத்தார்கள். மூக்குத்தி நத்து முதலிய துவாரங்களையும் குத்தாது விட்டார்கள். சனங்கள், வரிக்கஞ்சி விலையுயர்ந்த வஸ்திரங்களைத் தரியாது விடுத்தார்கள். அதனால் யாழ்ப்பாணத்தில் நெடுங்காலம் நல்ல வஸ்திராபரணங்கள் அறியாப் பொருட்களாயின. நாகரிகமும் குடிபோவதாயிற்று. வரியொரு பக்கம் வருத்துவதாயிற்று. கிறிஸ்தவரல்லாதார் தலைச்சீராத் தரித்தலாகாது. அதனால் சைவசமயிகளும் சிலுவைவடிவத் தலைச்சீராவே தரிக்கவேண்டியவர்களாயினர். வயல்களிலே விளைந்த நெல்லைக் களத்திற் குவித்து அரசினர் பகுதிகொள்ள வரும்வரைக்கும் அக்காலத்துக் குடிகள் அக்குவியல்மேல் சிலுவைக் குறியிட்டு வைக்கவேண்டியவராயினர். அரசினர் பதினெட்டு இறைசால் பெற்றுக்கொண்டு முதலிப்பட்டத்தைத் தகாதவர்க்குங் கொடுத்தார்கள்.

(ஆபரண வரி.) (சிலுவைப்பாகை) (பட்டம் விற்றல்.)

பல்லக்குடையவர்களெல்லாம் பெருவரிகொடுத்துவந்தார்கள். அது கொடுக்கத் தவறினோரை அரசினர் கட்டிவைத்தடித்து வந்தார்கள். அதுகண்டு அநேகர் தம்பல்லக்குவரிசையை விட்டார்கள். வாழையிலையிற் போசனம்பண்ணலாகாதென்றும் தாம் விற்கும் சீனக்கலம் மட்கலம் வட்டில்களிலேயே உண்ணல்வேண்டுமென்றும் அரசினர் கட்டளைசெய்து அக்கலங்களாலும் பெரும்பொருளீட்டினார்கள். அதனால் குடிகள் அமாவாசை முதலிய விரததினங்

களிலே இரகசியமாய் இலையிற் போசனஞ்செய்து அவ்வெச்சில் இலைகளைத் தம்வீட்டுப் புறக்கூரையிலே செருகி மறைத்து வைப்பார்கள். பிராமணர்கள் தமது பூணூலை மடியினுள் மறைத்துக்கொண்டு திரிவார்கள். கோயில்களிலே பறைமேளமும சேமக்கலமும் டமாரமுஞ் சங்குமே வாச்சியங்களாயின. இபபடியே ஒல்லாந்தவாசினால் சமயசுவாதீனமும் சனங்களுக்கில்லாது போயிற்று.

கோபாலச்செட்டியார்.

இவ்வாறு ஒல்லாந்தர் அரசுசெய்யுங் காலத்திலே கோபாலச்செட்டியார் என்னுமோர் அகம்படியர் தமது மனைவியோடு சோழநாட்டினின்றும் வந்தார். அவர் ஒல்லாந்தவரசினரிடத்தில் துவிபாஷிகராயிருந்த சொச்சிக்கணேசையர் என்பவரையடுத்து அவருடைய சேவகத்திலிருந்தார். கணேசையர் கோபாலச்செட்டியாரைக் காரணமின்றி ஒருநாட் கண்டித்தபோது செட்டியார் அவர் சேவகத்தினின்றும் விலகிச் சம்பாரவியாபாரஞ் செய்துவந்தனர். அவர் யாழ்ப்பாணம் வந்தநாள் முதலாக ஒருவிநாயகரை ஒரு வேம்பின்கீழ்வைத்துப் பூசித்துவந்தனர். அவ்விநாயகர் கோயில் இப்போது வேம்படிப் பிள்ளையார் கோயில் எனப்படுகின்றது. அவர் ஒலலாந்த தேசாதிபதி வீட்டுக்குச் சம்பாரங் கொடுக்கும் வழக்கமுடையராயினர். தேசாதிபதி பத்தினியார் கோபாலச்செட்டியாருடைய நேர்மை விசுவாசம் நற்குணம் நல்லொழுக்கமுதலியவைகளைக் கண்டு அவரிடத்தில் மிக்க அபிமானமுடையராயிருந்தார். அவர் தமக்கு வேண்டும் எந்த விலையுயர்ந்த பொருளையும் கோபாலச் செட்டியார் மூலமாகவே வாங்குவர். அதனால் கோபாலச் செட்டியாருக்கு மதிப்பு ஊரிலும் தேசாதிபதிவீட்டிலும் பெரிதாயிற்று. கோட்டையிலுள்ளவர்களுக்கும் சேனைகளுக்கும் சம்பாரம் வஸ்திரம் உணவுப்பண்டங்கள் முதலியனவெல்லாம் கோபாலச் செட்டியாரே கொடுத்துவந்தார்.

அதனல் அவருக்கு வருவாயதிகப்பட்டது. இப்படியிருக்கையில் கூழங்கைத்தம்பிரான் என்பவர் யாழ்ப்பாணத்தில் வந்து கோபாலச்செட்டியாருக்கு நட்புடையராயிருந்தார். அத்தம்பிரான் திருப்பனந்தாள்மடத்திலிருந்தபோது, அம்மடாதிபதி தம்முடைய கண்டிகை களவுபோயினமை காரணமாகச் சந்தேகங்கொண்டு அவரைச் சத்தியஞ்செய்யுமாறு கேட்க, அவர் உருக்கிய நெய்யிலே கையிடச்சொன்னுலுஞ் செய்வேனென்று கூறி, அவ்வாறு கூசாது கையிட்டுத் தன் சத்தியத்தை நாட்டி அதனற் கை கூழையாகப் பெற்றவர். அவர் தமிழ் இலக்கண இலக்கியங்களிலும சித்தாந்த சாஸ்திரங்களிலும் மிக்கபாண்டித்தியமுடையவர். சிவபத்தியும் சிவானுபூதியும் உடையவர்.

கூழங்கைத்தம்பிரான்

கோபாலச்செட்டியாருக்கு ஒரு புத்திரன்பிறந்தான். அதுகேட்டுக் கூழங்கைத்தம்பிரான் கோபாலச்செட்டியாரிடஞ் சென்று, உன்புத்திரனைத் தூக்கிக்கொண்டுவாவெனருர். செட்டியார் மகிழ்ந்து அப்புத்திரனைத் தூக்கிக்கொண்டுவந்து அவருக்குக்காட்ட, அவர் மிக மகிழ்வோடாசீர்வதித்து, "இப்புத்திரன் பெருங் கருமங்கள் முடிக்கப் பிறந்திருக்கிருன். அவனைச் செவ்வே பாதுகாத்திடக்கடவாய் அவன்பெயர் வைத்தியலிங்கன்" என்று கூறிப்போயினர். அப்புத்திரன் மிக்கவழகும் திடகாத்திரமும் நற்குணநற்செய்கைகளுமுடையனுய் வளர்ந்து பன்னிரண்டு வயசடைந்தான். ஒருநாள்செட்டியார் வைத்தியலிங்கனைக் கடையில் வைத்துவிட்டுப் போசனஞ்செய்யப் போயினர். அப்பொழுது தேசாதிபதி மனைவியார், கோபாலச்செட்டியார் கடைக்குமுன்னே தமது குதிரைவண்டியை நிறுத்திச் செட்டியாரெங்கேயென, வைத்தியலிங்கன் எழுந்து போய் ஒரு மாதுளங்கனியை நீட்டி, "இதனைக் கிருபைகூர்ந்தங்கீகரித்தல்வேண்டும்" என்ருன். அதற்கிடை

வைத்தீயலிங்கச்செட்டியார்.

யில் செட்டியாரும் போசனம் முடித்துக்கொண்டு மீண்டனர். தேசாதிபதிதேவி, இச்சிறுவன் யாரென்ன, செட்டியார் சிறியேன் புத்திரன் என்றார். தேவி மகிழ்ந்து அச்சிறுவனைத் தமது வண்டியிலேற்றிக்கொண்டு தமது வீட்டுக்குச் சென்றார். அவருக்குப் புத்திரரில்லாமையால் அன்றுமுதல் இச்சிறுவனைத் தமது புத்திரனாகப் பாவித்து நடாத்திவந்தனர். போசனநேரத்துக்குமாத்திரம் அவனை அவன்வீட்டுக்கு அனுப்பி, மற்றக்காலமெல்லாம் தமது வீட்டில் வைத்து அவர் தாமே ஒல்லாந்தபாஷையும் பயிற்றிவந்தனர். பதினெட்டு வயசுவரையும் வைத்தியலிங்கன் தேசாதிபதி வீட்டில் இருந்தான். ஒருநாள் தேசாதிபதி முத்துச்சலாபக் குத்தகை விற்கப்போகிறாரெனக் கேள்விப்பட்ட வைத்தியலிங்கன், தன்னை வளர்த்த தாயாரிடஞ் சென்று, "முத்துக்குத்தகை வாங்க விருப்புடையேன்; அதனை வாங்குதற்கு உதவிபுரியவேண்டும் அம்மா" என்றான். தேவி முகமலர்ந்து அவனை நோக்கி, "அப்பா, நீ குத்தகையேற்று நடாத்துவாயா" என்ன, அவன், "அம்மாவுடைய தயை எனக்கிருக்கும்போது நடாத்த வியலாதோ" என்றான். அதுகேட்ட தேவி ஒரு கடிதம் வரைந்து அவனிடங் கொடுத்து, "இதனைக் கொண்டுபோய்க் கச்சேரியில் உனது வளர்த்த தந்தையாகிய தேசாதிபதியிடங் கொடு" என்றார். அதனை வைத்தியலிங்கன் வணக்கத்தோடு வாங்கிக் கொண்டுபோய் வணங்கிநின்று தேசாதிபதியிடங் கொடுத்துப் பக்கத்தே நின்றான். அதனைத் தேசாதிபதி திறந்துவாசித்து முகமலர்ச்சியோடு அவனை நோக்கிக், "குத்தகை வாங்கப்போகிறாயா" என்ன, அவனும், ஆம் ஐயா, என்றான். பிரதானமந்திரியாகிய கொச்சிக்கணேசையர் அவனை நோக்கி, "என்னடா நீயுங்குத்தகைக்குத் தக்கவனாய்விட்டாயோ" என்றார். தேசாதிபதி கணேசையர் கேட்டதை அவதானித்து மனசிலே கோபமுடையனாகி, ஐயரை

வைத்தியலிங்கச்செட்டியார்முத்துக்குத்தகைவாங்கல்.

நோக்கி, "முத்துக்குளிக் குத்தகையை வைத்திய லிங்கச்செட்டி பேருக்கு எழுதி அதற்குப் பிணை யாக என்பெயரை எழுதுக" என்று கட்டளையிட் டான். ஐயர் தேசாதிபதி கருத்தைக் குறிக்கொண்டு யாதும் எதிர்பேசாது குத்தகையை எழுதிவிட்டார். வைத்தியலிங்கச்செட்டியார் அக்குத்தகையை ஏற் றுக் கிரமமாக நடத்தி ஓரிலக்ஷரூபாவுக்குமேல் இ லாபம் பெற்றார். இப்படியே மூன்றுமுறை குத்த கை வாங்கிப் பேரிலாபம் படைத்ததுமன்றிக் குண த்தாலும் கொடையாலும் நல்லொழுக்கத்தாலும் ஈசுரபத்தியாலும் சிறந்து பெரும்புகழும் படைத் தார். இவர் சோழநாட்டிலே சங்கந்தி (சங்கேந்தி) யென்னுமூரிலே பெண்கொண்டவர். இவருடைய தாயார் ஒருநாள் முத்துக் காயவைத்துக்கொண்டிரு

முத்துப் பிச்சை.

க்கும்போது பிச்சைக்காரனுக்கு ஒருபிடி முத்தள் ளி வழங்கினரென்றால் குழைகொண்டு கோழிபெறி யும் பெருஞ் செல்வரினும் இவர் பெருஞ் செல்வரெ ன்பது சொல்லவேண்டா.

ஒருநாள் கூழங்கைத்தம்பிரான் வைத்தியலிங் கச்செட்டியாருடைய வீட்டுக்குச் சென்றபோது, செட்டியாருடைய தாயார் அவரை உபசரித்து அ வர்பாதங்களில் வீழ்ந்து நமஸ்கரித்தார். தம்பிரான் அவரை ஆசீர்வதித்து,

"சங்கேந்தி தங்கச்சி தையலென்பா ரிங்கவளும்
சங்கேந்தி தங்கச்சி தையலே... அங்கவளைக்
கோபாலன் றேவியெனக் கூறுவா ரிங்கவளும்
கோபாலன் றேவியெனக் கூறு."

என்னுஞ் செய்யுளைக் கூறினார். கோபாலச்செட்டி யார் மனைவிபெயர் தையலாய்ச்சி. அவரும் சங்கேந் தியிற் பிறந்தவரே.

வைத்தியலிங்கச்செட்டியார் தமக்கொரு சிறந் தமாளிகை கட்டவெண்ணித் தம்பிரானிடஞ் சென்

று தமது கருத்தை வெளியிட்டனர். அவர் "உன்னை இங்கிலேக்குக் கொண்டுவந்தவர் உனது பரமபிதாவாகிய வைத்தியலிங்கக் கடவுளும் உலகமாதாவாகிய தையல்நாயகித் தேவியாருமன்றோ. அவர்க்காலயம் வகுத்தபின்னரே நீ உனக்கு மாளிகை கட்டவேண்டும்" என்றனர். அதுகேட்டசெட்டியார் "அவ்வாறே செய்வேன்" எனக் கூறித் தம்பிரான் வகுத்தவிடத்தை வாங்கி, வண்ணை வைத்தீசுரன் கோயிலென்று இன்றும் இலையற்று விளங்கும் சிவாலயத்தைக்கட்டிக் கும்பாபிஷேகஞ் செய்வித்துப், பறங்கிக்காரரால் அழித்தொழிக்கப்பட்ட சைவப்பயிரை மீளவும் நாட்டினர். இத்திருப்பணிக்கு யாழ்ப்பாணத்துள்ள ஏனைய பிரபுக்களும் சிறிது பொருளும் பூசைக்கு விளைநிலங்களும் தோட்டங்களுமுதவினராயினும், பெரும்பாகமும் வைத்தியலிங்கச்செட்டியாரே தமது திரவியங்கொண்டு முடித்தனர். இவருந் தம்பிரானும் யாழ்ப்பாணத்துக்குச் செய்த உபகாரம் யாழ்ப்பாணமுள்ளவரையும் அவர் பெயரை விளக்கிக்கொண்டேயிருக்கு மியல்பினதாம். செட்டியார் சந்ததியார் யாழ்ப்பாணத்திலும் சோழநாட்டிலுமிருக்கின்றார்கள்.

வண்ணை வைத்தீசுவராலயம்.

ஒல்லாந்தர் மாடுகளைக் கொன்று இறைச்சிவிற்றற்கு ஓரிறைச்சிச்சாலை தாபிக்கவேண்டுமென முயன்றனர். அதற்குத் தமிழ்மந்திரிகளும் குடிகளும் மாறாயிருந்தனர். செத்தமாடன்றி மாட்டைக் கொன்று தின்றறியாத பறையரும் அத்தொழிற் குடன்படாராயினர். அக்காலத்தில் நெடுந்தீவிலுள்ள சில பறையரை ஒல்லாந்தர் தம்மதத்திற் சேர்த்து, அவர்க்குப் பெரும் வேதனங் கொடுத்துக்கொணர்ந்து அத்தொழிலுக்குடன்படுத்தினர். ஒல்லாந்தர் அச்சாலையை ஊரவர்கள் கண்ணுக்குப் புலப்படாமல் கோட்டையினுள்ளே அந்தரங்கமானவிடத்தில் வை

கோவதை.

த்துத் தமது சாதியார்க்குமாத்திரம் உபயோகப்படுத்திவந்தனர். ஒல்லாந்தர் இறைச்சிக்கு என்றுகேட்டால் ஊர்ச்சனங்கள் மாடு கொடுக்கமாட்டார்கள் என்றெண்ணிப் பாலுக்கென்று பசுக்களை வாங்கித் தொகையாக வளர்த்து அவை ஈனுங் காளைக்கன்றுகளை வளர்த்துக் கொன்று தின்றுவந்தார்கள். ஈற்றில் பசுக்களையுங் கொன்றருந்திவந்தனர். ஒருநாள் தேசாதிபதியினுடைய வீட்டில் நடந்த ஒரு பெருவிருந்துக்கு ஒரு காளைக்கன்று வேண்டியிருந்தது. தேசாதிபதி அக்காலத்தில் பசுநிரையாலும் ஆளடிமை நெல்விளை நிலமிகுதியாலும் இராசாங்கவுத்தியோகத்தாலும் சிறந்து விளங்கிய சண்முகநாயக முதலியாரிடம் ஒருகன்று கேட்க, முதலியார் இவ் வினைச்செயலுக்கு உடன்படமாட்டேன் இராசாங்கவுத்தியோகமும் வேண்டாமெனக் கூறி அத்தேசாதிபதி சமுகம்விட்டகன்றனர். தாம் செய்யாவிடினும் கோவதைக்கு அனுகூலியாயிருப்பதும் பெருங்கொடும் பாவமெனக் கொண்டு தமது அதிகாரத்தையும் இராசபூச்சியதையையும் துறந்த சண்முகநாயகமுதலியாரது பெருந்தகைமை பெரிதும் பாராட்டத்தக்கது. உயர்குடிப்பிறந்தோர் உயிர்போகவரினும் இழிதொழிலுக்கு உடன்படாரென்பது ஆன்றோர் வாக்கு. இவர்வழியிலிப்போதுள்ளவர்களும் பெருங்குணம் படைத்தவர்களே.

சண்முக நாயகமுதலியார்

கோவதைக்கஞ்சிப் பறங்கிக்காரர் காலத்திலே யாழ்ப்பாணத்தை விட்டோடிச் சோழதேசத்தில் வாழ்ந்த பெருந்தகையுமொருவருளர். யாழ்ப்பாணத்திலரசு புரிந்த ஒரு பறங்கித்தேசாதிபதி தன்கீழுள்ள கிராமாதிகாரிகள் வருஷமொருவராய் ஒவ்வொரு காளைக்கன்று கொடுத்து வரவேண்டுமென்று கட்டளையிட்டான். அக்கட்டளைப்படி முதன்முறைக்குரியவராயினார் திருநெல்வேலி ஞானப்பிரகாசர். அவர் திருநெல்வேலி அதிகாரமும் கல்வியும் பெருஞ்

ஞானப் பிரகாசர்.

செல்வமும் பரம்பரைச் சைவவேளாண் குடியுமுடையவர். அவர் பறங்கித் தேசாதிபதிக்கு இறைச்சிக்கு மாடு கொடுத்து இவ்வூரில் வாழ்வதிலும் இவ்வூரைவிட்டகல்வதே சிறந்த உபாயமாமெனக் கொண்டு அவ்வாறே தமதூரைவிட்டகன்று சிதம்பரத்தையடைந்து அங்கே துறவறம்பூண்டு வாழ்ந்தவர். அவர் சிவஞான சித்தியாருக்குத் தமிழில் ஒருரையும் வடமொழியிலே அநேக நூலும் செய்தவர். சிதம்பரத்திலேயுள்ள ஞானப்பிரகாசமென்னும் திருக்குளம் அமைத்தவரும் அவரே.

இக்காரணம்பற்றி வரணித் தில்லைநாதர் என்பவரும் பறங்கிக்காரரது கொடுங்கோலின்கீழ் வாழலாகாதெனக்கொண்டு சோழநாட்டையடைந்து ஞானப்பிரகாசரது பெருமைகளைக் கேள்வியுற்று அவர்பாற் சென்று காஷாயம்பெற்றுத் தில்லைநாததம்பிரான் என்னும் பெயரோடு விளங்கினர். அவர் சிவாநுபூதியுடையராய்ச் சோழராசாவின் புத்திரிக்குற்ற குன்மவலியை விபூதிசாத்தித் தீர்த்து வேதாரணியத்திலுள்ள சிவாலயத் திருப்பணிக்காகப் பெருந்திரவியமும் உப்பளமும் இரேகுச்சுங்கமும் பெற்றவர். வேதாரணிய தலவிசாரணையுரிமை வரணிச் சைவர்க்குக் கிடைத்தது அவர்மூலமாகவேயாம். வரணிச் சைவரே இன்றும் வேதாரணிய ஸ்தலவிசாரணைக் கர்த்தராயிருக்கின்றார்கள். தில்லைநாததம்பிரான்.

ஒல்லாந்தரது கொடுமைக்காற்றாது அக்காலத்திலேயே மேல்பற்றிலிருந்து போய்ச் சில குடிகள் வேதாரணியம் சம்போடை சிதம்பரம் முதலியவிடங்களிற் குடியேறினர்.

அது நிற்க, சண்முகநாயகமுதலியார் தமது உத்தியோகத்தினின்றும் நீங்க, அவருடைய பதத்துக்கு அநேகர் விண்ணப்பஞ்செய்தனர். தோம்பெழுதும் பகுதி அதிகாரமுழுதும் சண்முகநாயக மு

தலியாரே வகித்திருந்தார். அது முடிந்தும் முடியாமலுமிருந்தது. அதனை முடிப்பதற்காகப் பலர் பரீக்ஷிக்கப்பட்டும் பூரணயோக்கியதை உடையவர் ஒருவரும் அகப்படவில்லை. உயர்தர ஒல்லாந்த கலாசாலையொன்று கொழும்பிலிருந்தது. அங்கே சென்றுகற்றவரினுஞ் சிலர் வரவழைத்துப் பரீக்ஷிக்கப்பட்டனர். அவருள்ளும் தக்கவர் அகப்பட்டிலர். அது கண்டு தேசாதிபதி மெல்லோப் பாதிரியாரைக்கொண்டு ஐவர் தமிழரைத் தெரிந்தெடுத்து ஒல்லாந்துக்கனுப்பி மூன்றுவருஷம் பலதுறைக்கல்வியினும் பயிற்றுவித்தனர். அவருள்ளே இருவர் இறந்துபோக மூவர் பெரும் வித்தியாபட்டங்கள் பெற்று மீண்டனர். அவர்களுள் ஒருவரே தொன்பிலிப்பு இலங்கைக்கோன் முதலியார். அவரே தோம்பெழுத்தை முடித்தவர். அவர்வமிசத்தரின்னுமுளரோ அருகினரோவென்பது தெரியவில்லை. ஏனைய மூவருள் ஒருவர் உபசேனபதியாகவிருந்தனர். ஒல்லாந்தசேனையோடு பிராஞ்சியர் திரிகோணமலையிற் போர்செய்தபோது அவர் பிராஞ்சியரைப் போரில் தோற்றோடுமாறு செய்தவரென்பர். ஓந்தாச்சியென்பவரும் ஒல்லாந்த தேசஞ்சென்று வித்தியாபட்டம்பெற்று விளங்கினோருள் ஒருவராவர். அவர் வாலாறு வேறொன்றுந் தெரியவில்லை.

ஒல்லாந்தகலாசாலை.

தமிழர் ஒல்லாந்துசென்றுகல்விகற்றல்.

மெல்லோ மெல்லோப்பாதிரியார் கொழும்பிலே ஓர் உயர்குலத் தமிழ்க்குடும்பத்தில் 1720 ம் ௵ பிறந்து ஒல்லாந்த கலாசாலையிற் கற்று வலலவராயினர். தமிழினும் சிறந்த பாண்டித்தியம் படைத்தவர். அவருடைய கல்வியறிவின் வளத்தைக் கண்ட ஒல்லாந்தர் அவரைப் பாதிரியாக்கி யாழ்ப்பாணத்துக்கு அனுப்பினர். அவரே பைபில் புதிய ஏற்பாட்டைத் தமிழில் மொழிபெயர்த்தவர். அவர் செய்ததாகக் கூறப்படும் உவமைப்பாட்டுக்கள் மிகச் சிறந்தவை. அவர் கூழங்கைத் தம்பிரானுக்குப் பேரபிமானியாக விளங்கினவர். 1790 ம் ௵ இறந்தனர்.

அக்காலத்திலே குலத்தாலும் செல்வத்தாலும் ஈகையாலும் சிறந்து விளங்கிய வில்லவராயமுதலி யாரென்பவர் ஒருவர் நல்லூரிலிருந்தார். கூழங்கைத்தம்பிரான் இவ்வில்லவராய முதலியார்வீட்டிலே இராக்காலத்திலே வித்தியாகாலக்ஷேபஞ் செய்து வந்தனர். முதலியார் புத்திரன் தம்பிரான் காலக்ஷேபத்தின் பொருட்டுப் படித்துப் பொருள்சொல்லிவந்த பாட்டுக்களையெல்லாம் ஏழுவயதளவில் அவதானம்பண்ணி உடனே அவ்வாறே ஒப்பித்து வந்தனர் என்றால் அப்புத்திரனுடைய விவேகம் இவ்வளவென்று சொல்லவேண்டுமா. ஒருநாள் அப்புத்திரனார் வீதியிலே நின்று விளையாடிக்கொண்டிருக்கையில் ஒருபுலவர் வில்லவராயமுதலியார் வீடு எங்கேயென்று வினவ, அப்புத்திரனார். அவரைப் பார்த்து, வில்லவராயமுதலி.

பொன்பூச்சொரியும் பொலிந்தசெழுந்தாதிறைக்கும்
நன்பூ தலத்தோர்க்கு நன்னிழலாம்—மின்பிரபை
வீசுபுகழ் நல்லூரான் வில்லவ ராயன்றன்
வாசலிடைக் கொன்றை மரம்.

என்று கூறினர். அதுகேட்ட புலவர் அப்புத்திரனை மெச்சி இச்சிறுபருவத்தே இத்துணைச்சிறந்த கவியினாலே விடைகூறிய நீ வரகவியாதல்வேண்டுமெனக் கூறிக் கட்டித்தழுவி உச்சிமோந்து சென்றனர். அப்புத்திரனாரே சின்னத்தம்பிப்புலவர். அவர் பதினைந்து வயதளவிற் சிதம்பரஞ்சென்று தலயாத்திரை செய்து மீளும்போது வேதாரணியத்தை அடைந்து அங்கே மறைசையந்தாதிபாடி அரங்கேற்றினர். அப்போது அவ்வாதீனத்து வித்துவானாகிய சொக்கலிங்க தேசிகர் என்பவர் சொல்லிய மேல்வருங்கவி அவருடைய இயல்பை விளக்குகின்றது. சின்னத்தம்பிப் புலவர்.

செந்தா தியன்மணிப் பூம்புலி யூரரைச் சேர்ந்துரிதம்
சிந்தா தியானஞ்செய் வில்லவ ராயன் திருப்புதல்வன்

நந்தா வளஞ்செறி நல்லைச்சின் னத்தம்பி நாவலன்சீர்
அந்தாதி மாலையை வேதாட வீசர்க் கணிந்தனனே.

சின்னத்தம்பிப்புலவர் மறைசையந்தாதி மாத்திரமன்று கல்வளையந்தாதிமுதலிய வேறுபல நூல்களுஞ் செய்தனர். இவருடைய சந்ததியார் இன்றுமுளர்.

சரவண முத்துமுதலியார்

சண்முகநாயகமுதலியார் சகோதரர் சரவணமுத்துமுதலியார் யாழ்ப்பாணம் மேல்பற்றுக்குப் பஞ்சாயநீதிபதியாயிருந்தனர். அவர் நீதிவிசாரணை செய்தவிடஞ் சத்தியக்காடெனப்படும். அது தொல்புரத்திலிருக்கின்றது. அவர்காலத்தில் மசூரிகாரோகம் மிக்க உக்கிரத்தோடு பரவி ஒல்லாந்த படைவீரருள்ளும் பெரும்பாலாரைத் தாக்கிற்று. அப்படைக்கு வீரப்பெருமாள் என்பவன் தலைவனாகவிருந்தான். அவன் ஒல்லாந்ததேசாதிபதியிடம் அநுமதிபெற்றுக் கோட்டைக்குப் புறத்தே ஒருமாரியம்மன் கோயிலைக்கட்டி விழாச்செய்ய மசூரிகாரோகம் தணிந்தது. சரவணமுத்துமுதலியாரும் தேசாதிபதி அநுமதிபெற்றுத் தொல்புரத்திலும் ஒரு மாரியம்மன் கோயிலமைத்து விழாக்கொண்டாடி அவ்வூரில் மிக்க உக்கிரத்தோடு பரவிய மசூரிகாரோகத்தைச் சாந்திசெய்வித்தனர். அக்கோயிலின்றும் பிரசித்தியோடு விளங்குகின்றது. அக்காலத்தில் காய்கனி பூமடைகள் அன்னமடைகளிட்டே வழிபாடு செய்தனர். அவர் இறந்தபின்னர் அவர் மனைவியார் புண்ணியநாய்ச்சியென்பவர் சிதம்பரத்துக்கு அநேக விளைநிலங்கள் கொடுத்துத் தருமமடங்களும் அமைத்தனர்.

அதுநிற்க, கூழங்கைத்தம்பிரானிடத்துத் தமிழ் இலக்கணவிலக்கியங்களும் சித்தாந்த சாத்திரங்களும் கற்றவர்கள் அநேகர். தம்பிரானிடத்துப் பாடங்கேட்டல் யாவர்க்கும் எளிதாயினும் அவர் ஒருமுறைக்குமேல் ஒருபாடத்தை ஒருவர்க்குச் சொல்

லார். அவர் சொல்லுமிடத்தும் ஐயந்திரிபறக் கடா விடைகளோடு சவிஸ்தாரமாகவே சொல்வர். இரண்டாமுறை கேட்கப்புகின் கொடுஞ்சினங்கொண்டநாகமாவர். ஒருமுறையிற் கிரகிக்கவியலாதவர் அவ்வாறுசெய்ய வல்லாரோடிருந்துகேட்டு அவர்பால் மீட்டுங் கேட்டுணர்வர். ஒருகாற்கேட்டு முற்றுங்கிரகித்த மாணாக்கருள்ளே மாதகல் மயில்வாகனப்புலவரும் இருபாலை நெல்லைநாதரும் சிறந்தோர். நெல்லைநாதர் எத்துணைப்பெரிய செய்யுளையும் ஒருமுறையிற் கிரகிக்கும் பேராற்றல் உடையவர். சோழநாட்டிலிருந்து செந்திக்கவி என்பவர் வைத்தியலிங்கச்செட்டியாருடைய புகழ்கேட்டு அவர்மேல் ஒரு பிரபந்தம் பாடிவந்து ஒருநாள் அரங்கேற்றினர். நெல்லைநாதர் முதற்செய்யுள் கேட்டவுடன் இது பழையபாடலன்றோ, நீர் புதிதாகப் பாடிய பிரபந்தத்தை அரங்கேற்றும் என்று செந்திக்கவியை நோக்கிச்சொல்ல, செந்திக்கவி திகைத்து எப்படியென்றார். நெல்லைநாதர் அச்செய்யுளைச் சபையோரெல்லாம் பிரமிக்க ஒப்பித்தனர். செந்திக்கவி, "இப்பெருஞ்செய்யுளை இவர் அவதானித்து ஒப்பித்தார். அடுத்த கவியை விரைந்து சொல்வேன்" என மனத்துள் மதித்து "இதுவும் பழையகவிதானோ" என்றுகூறி விரைந்து படித்தார். இதுவும் பழையகவியேயென்று நெல்லைநாதர் அக்கவியை ஓரக்ஷரமும் வழுவாதொப்பித்தார். செந்திக்கவி எழுந்து அவரை வணங்கி அவருடைய அவதானசக்தியைப் புகழ்ந்து பாராட்டினர். நெல்லைநாதர் செட்டியாரை நோக்கிச் செந்திக்கவிபாடிய பிரபந்தம் பழையகவியன்று; புதிதே. என்னுடைய ஆற்றலை அவர்க்குணர்த்துமாறே அச்செய்யுட்களை அவதானம்பண்ணிச் சொன்னேன். ஐயப்பாடொழிந்து அதனைக்கேட்டு அவர்க்குத்தக்க பரிசளித்திடுகவென்றார். செட்டியார் அதுகேட்டு மகிழ்ந்து பிரபந்தத்தை அரங்கேற்றுவித்து முன்னெண்ணியதிலும் இருமடங்காகப் பரி

மயில்வாகனப்புலவர் நெல்லைநாதர்.

செந்திக் கவி.

சில் எடுத்து, "கவீசுரரே! இதிற் பாதியே உமக்கு யான்தாக் கருதியது, நெல்லைநாத பண்டித சிரோமணிபெயரால் ஒருமடங்கதிகமாகத் தருகிறேன். அதனை அவர்தந்ததாகக் கொள்ளும்" என்று கூறி வழங்கினர். நெல்லைநாதர் கம்பருக்குப் பரிசளித்த பெருந்தகையினது மரபிலுள்ளவர். நெல்லைநாதர் புத்திரராகிய சேனாதிராயமுதலியார் ஒல்லாந்த ஆங்கிலபாஷைகளும் வல்ல தமிழ்ப்பண்டிதர். அவர் ஒல்லாந்தவரசிலும் ஆங்கிலவரசிலும் துவிபாஷிகராயிருந்தவர். நல்லைவெண்பாப் பாடியவர் அவரே. அந்நூல் சொருபஞ் சிதைந்து வழங்குகின்றது. இவர் வமிசத்தார் இன்றுமுளர்.

நெல்லைநாதர். சேனாதிராசமுதலி.

மாதகல் மயில்வாகனப்புலவர் புலியூரந்தாதி பாடியவர். வைத்தியலிங்கச் செட்டியார் கூழங்கைத்தம்பிரானிடம் பாடங்கேட்டது இம்மயில்வாகனப்புலவரை நடுவாக வைத்துக்கொண்டேயாம். அவருடைய புலமைக்கும் வாக்குவன்மைக்கும் நிகர்கூறுவதெளிதன்று. அவர் சுன்னாகத்து அந்தணர் திலகரும் கவீந்திரருமாகிய வரதராசபண்டிதர் செய்த சிவராத்திரிபுராணத்துக்குச் சொன்ன

மயில்வாகனப்புலவர்.

"பரதராசனுயரசலாசனுமை
பங்கனண்புதருபண்புசேர்
விரதராசசிவநிசியினீள்சரித
மிகவிளங்கிடவிளம்பினுன்
கரதராசனையமொழியரங்கனருள்
கருணைமாரிநிகர்பரிணிதன்
வரதராசன்மறைவாணராசனியல்
மதுரவாசகவிராசனே."

என்னும் பாயிரம் அவர் வன்மையை நன்கு விளக்கும். யாழ்ப்பாண வைபவமாலை செய்தவரும் இம்மயில்வாகனப்புலவரே.

கல்யாணவரி.

சாயவேர்

பண்டாரவன்னியன்.

அதுநிற்க, ஒல்லாந்தர் தமது அரசுக்கு அழிவு தெய்வச்செயலாகச் சீக்கிரம் வருமென்பதை யோசியாமல் குடிகளிடத்துள்ள பொருளைக் கவருதற்குப் பல சூழ்ச்சிகளுஞ் செய்தார்கள். மேளவாத்தியத்தோடு நடக்கும் கல்யாணச்சடங்கு முதலியவைகளுக்கும் பல்லக்குத் தண்டிகையில் ஊர்கோலம்போதற்கும் வரிவைத்தார்கள். நாட்டிலுள்ள சாயவேரையெல்லாம் அற்பகூலி கொடுத்துக் கிண்டிவந்தவர்கள் கூலியின்றிக் கிண்டுவித்துத் தம்மிடம் அனுப்பும்படி நாட்டாதிகாரிகளுக்கெல்லாம் கட்டளைபண்ணினார்கள். அவ்வாறு திரட்டுஞ் சாயவேரை நாகபட்டணமுதலியவிடங்களுக்கனுப்பி விற்றுப் பெரும்பொருளீட்டிவந்தார்கள். அதுசெய்யாத சனங்களை அடித்துச் செய்விக்கும்படி அதிகாரிகளுக்குக் கட்டளையிட்டார்கள். இக்கட்டளையால் ஊரதிகாரிகள் சனங்களை வருத்தவேண்டியவரானார்கள். அதனால் அநேக சனங்கள் வன்னிக்கோடிப் பண்டாரவன்னியனிடத்து அடைக்கலம் புகுந்தார்கள். பண்டாரவன்னியனுக்கும் சாயவேர் திரட்டுமாறு ஒல்லாந்தர் கட்டளை போக்கினார்கள். அதற்கவன் அதுசெய்ய இயலாதென்று மறுத்தான். அக்காலத்தில் முல்லைத்தீவுநாடு ஒல்லாந்தவரசுக்குட்பட்டிருந்ததாயினும் பண்டாரவன்னியனே அதனை ஆண்டுவந்தான். ஒல்லாந்தர் அவனோடு போராடி வெல்லுமிடத்துண்டாகும் பயன் போர்ச்செலவுக்கும் போதாதென உவர்த்திருந்தார்கள். அச்சமயம் ஒல்லாந்தருடைய படைப்பலமும் குறைந்திருந்தது. இருந்த படைவீரரும் யுத்தப்பயிற்சி யில்லாதவர்களா யிருந்தார்கள். ஒல்லாந்தவுத்தியோககாரரும் பரிதானப்பிரியராயிருந்தார்கள். அதனால் அவர்களுடைய ஆணை செவ்வே செல்லாதிருந்தது. கிறிஸ்தசமயப் பிரவேசஞ் செய்பவருக்கே உத்தியோகமென்ற கட்டுப்பாடும் மெல்ல நழுவுவதாயிற்று. சைவசமயக் கோயில்க

ளும் சிலவிடங்களிலே மெல்ல மெல்லப் பழையவேர் களிலிருந்து முளைத்தெழும்புவனவாயின.

அக்காலத்தில் சனங்கள் கல்யாணச்சடங்கு சாச்சடங்குகளுக்கு வேண்டுமானால் அரசினர்க்குப் பணங்கொடுத்து அநுமதிபெற்றே மேளவாத்தியம் வைக்கவேண்டுமென்று ஒல்லாந்தர் சட்டஞ் செய்தார்கள். இவ்வரிசைகளைப் பண்டுதொட்டனுபவித்துவந்த வேளாளர் முதலிய சாதியார், அச்சட்டத்தைக் கண்டவுடன் மனம் புண்பட்டு ஒல்லாந்தவரசுக்கு மாறாகவெழும்பவும் சூழ்ச்சிசெய்திருந்தார்கள். அதற்குத் தங்களுக்குத் துணைச்செய்யும்படி கண்டியாசனிடம் இரகசியமாகத் தூதனுப்பினார்கள். அதனைக் கேள்வியுற்ற ஒல்லாந்த தேசாதிபதி அச்சட்டத்தை அழித்துவிட்டு எந்தச் சாதியாரும் தத்தமக்குரிய பண்டைவரிசையோடு வாழலாமென அநுமதிகொடுத்தான்.

கலகச்சூழ்ச்சி.

பண்டைக்காலத்திலே பிராமணர் விவாகத்துக்கு மேளவாத்தியவுரிமையுடையவர். வேளாளர் செட்டிகள் விவாகத்துக்கு மேளவாத்தியமும், சாவுக்குப் பறைமேளமும், இருசடங்குக்கும் நிலபாவாடையும் சங்குதாரை குடமுழவும் மேற்கட்டியும் உரிமையாகவுடையர். கோவியர் சாவுக்குமாத்திரம் பறைமேளவுரிமையுடையர். மறவர் அகம்படியர் இடையர் சிவியார் விவாகத்துக்கு மேளவாத்தியமும் சாவுக்குப் பறைமேளமும் உரிமையாகவுடையர். ஆண்டிகள் சங்கவாத்தியமுடையவர். முக்கியர் கரையார் ஒற்றைச்சங்கவாத்திய வுரிமையுடையர். கம்மாளர் சேகண்டியும் குடமுழவுமுடையர். குயவர் குடமுழவுடையர். அம்பட்டர் வண்ணார் தாரையுடையர். மற்றைச்சாதிகளுக்கு ஒருவகை வாத்திய வுரிமையுமில்லை.

சாதிவரிசை.

பண்டைக்காலத்தில் வேளாளர் செட்டிகளுள்ளும் உழுதுண்டுவாழ்பவர் தவிர, உழுவித்துண்போ

ரெல்லாம் தத்தமிடத்துள்ள பண்ணையாட்கள் எத்தனைபெயருளரோ, அத்தனையாட்களை இராசகாரியத்துக்கு வருஷமொருமுறை பதினைந்து நாளைக்கு அனுப்புதல் வேண்டும். அதுவுமன்றி ஏனைய வேளாளரைப்போலத் தமது விளைவில் ஆறிலொருகடமை கொடுத்து வந்தார்கள். மறவர் பதினாறுமுதல் இருபத்துநான்கு வயசுவரையும் யுத்தம்பயின்று பின் கிராமக்காவலராகித் தமக்கு இராசாவால் விடப்பட்ட நிலத்திற் பயிர்செய்துண்டு வாழ்வதோடு படைத்தொழிலுக்கு வேண்டியகாலத்தில் மீளுதல் வேண்டும். சிவியார் இராசாங்கத்துக்குச்சிவிகையாட்களாகவும் சிவிகைமுன் செல்லுங் கூறியராகவும் அரமனை வாயிலாளராகவும் மாசந்தோறும் ஒவ்வொரு தொகையினராக மாறிமாறிமுறைப்படி இராசசேவைசெய்து வருதல்வேண்டும். அதற்காக அவர்களுக்கு அரசரால் இறைபிலியாக நிலங்கள்விடப்பட்டிருந்தன. உமணர் இராசாங்கத்துக்கு வேண்டும் உப்பமைப்பவர்களாயிருந்தார்கள். இராசகாரியம்.

ஆண்டிகள் விடிய ஐந்து நாழிகையளவில் நகரங்களிலும் கிராமங்களிலும சங்கநாதஞ்செய்து சனங்களைத் துயிலுணர்த்திவருந் தொழிலுக்காக ஒரு மகமையுடையராயிருந்தார்கள். கோயில்களிலும் அரமனையிலுமுள்ள முறைக்காலம்போக மற்றைக்காலங்களில் ஊரில் யாசகஞ்செய்து காலங்கழிப்பதோடு மாரியம்மன்கோயில் பிடாரிகோயில்களுக்குப் பூசகராயுமிருப்பர். அவர்களுள்ளே இலிங்கதாரிகளும் வேறாயிருந்தனர். அவர்கள் வலைஞர்முதலிய சாதியார்க்குக் குருக்கள்மாராவர். அவ்விலிங்கதாரிகள் கன்னடர். அவர்கள் யாழ்ப்பாணத் தரசரிடம் படைத்தொழிலில் அமர்ந்திருந்தவர்கள். பிற்காலத்திற் கதியின்றி ஆண்டிகளோடு கலந்து ஆண்டிகளையும் இலிங்கதாரிகளாக்கி அபேதமாயினர்.

முக்கியர் கரையார் பரதவர் திமிலருள் இராசாவினது கடற்படையிலிருப்பவர்கள் தவிர மற்றோ

ரெல்லாம் முத்துக்குளிப்புக்காலத்திலே வருஷத்தில் பதினைந்து நாளைக்கு இராசகாரியஞ் செய்யும் கட்ப்பாடுடையர். தமிழரசர்காலத்தில் மீன்வரியில்லை. அது பறங்கிக்காரர்காலத்திலேயே விதிக்கப்பட்டது. ஒல்லாந்தரும் அதனைத் திரட்டி வந்தனர். வலையர், இராசா வேட்டைக்குப் போகும்போதெல்லாம் உடன்போக்குக்குரியர்.

கம்மாளருட் கொல்லரும் தச்சரும் கிராமங்கள் தோறும் இறையின்றி நிலம் விடப்பெற்றார்கள். அவர்கள் அக்கிராமத்தாருக்கு வேண்டும் கலப்பை கொழு அரிவாள் முதலிய பயிர்த்தொழிற் கருவிகளெல்லாம் கூலியின்றிச் செய்துகொடுக்குங் கடப்பாடுடையவர்கள். வருஷத்தில் எட்டுநாளைக்கு இராசகாரியமுஞ் செய்யுங் கடனுடையவர்கள். இரும்பு இலங்கையிலே தென்பாகத்தில் மிகுதியாகவும் யாழ்ப்பாணத்தில் மட்டாகவும் உருக்கியெடுக்கப்பட்டுவந்தது. பறங்கிக்காரர் அவ்விரும்பைப் பாராட்டிச் சேர்த்து அந்நியதேசங்களுக்கு அனுப்புவர்.

ஈழத்திரும்பு. ஈழத்திரும்பென நெடுங்காலம் பெயர்படைத்தவிரும்பு யாழ்ப்பாணத்திற் செய்யப்பட்ட இரும்பேயாம்.

கைக்கோளர். சேணியர். கன்னார். தட்டார். கற்சிற்பர். வண்ணார். குயவர். கடையர்

கைக்கோளர் சேணியர்களுக்கு யாதொரு கடப்பாடுமில்லை. கன்னார் தட்டார் கற்சிற்பர் இராசாவுடைய அரமனையிலும் கோயிலிலும் வருஷத்தில் பதினைந்துநாள் வேலைசெய்யுங் கடனுடையர். வண்ணார் முறைமுறையாக இராசா சென்று தங்குமிடங்களுக்கு மேற்கட்டி கட்டுங் கடனுடையர். குயவர் அரமனைக்கு வேண்டும் மட்கலங் கொடுக்கும் கடனுடையர். கடையர் சுண்ணநீற்றிக் கொடுக்குங் கடனுடையர். பறையர் யுத்தகாலத்திலே சென்று முற்பறைகொட்டுங் கடனுடையர். இப்படியே ஒவ்வொரு சாதியாரும் பண்டைக்காலமுதல் வருஷந்தோறும் சில தினங்களுக்கு இராசகாரியஞ் செய்

துவந்தனர். அவ்வழக்கம் பறங்கிக்காரர்காலத்தும் ஒல்லாந்தர்காலத்தும் நடந்தது. அஃது ஆங்கிலேயர்காலத்தும் 1810 வரையில் ஒருவாறு நடந்தது. அதன்பின்னர் நிறுத்தப்பட்டது.

இரகசிய விவாகச் சடங்கு.

முன்னே கூறப்பட்ட கல்யாணவரிக்கஞ்சி வேதியர் வேளாளர் செட்டியர் முதலியவர்களுள்ளும் வறியராயிருந்தவர்களும் மற்றைச்சாதிகளும் கல்யாணச்சடங்குகளை யாதொரு மங்கலவாத்தியமுமின்றி இரகசியமாகச் செய்யத் தலைப்பட்டார்கள். பிள்ளையாரைப் பிடித்துவைத்துத் தேங்காயுடைத்துக் கர்ப்பூரதீபங்காட்டித் தமக்கு ஐக்கியமான பந்துக்களைமாத்திரம் அழைத்து அவர்முன்பாகக் கூறை கொடுத்துத் தாலிகட்டுமுரிமை எல்லாச்சாதிக்கு முண்டேயாயினும் பூஷணவரிக் கொடுமையுமொன்றிருந்தமையால் அதற்கஞ்சி ஏழைச்சனங்கள் அஃதில்லாமலும் கூறையோடுமாத்திரம் விவாகத்தை முடித்துக்கொள்வாராயினர். பள்ளர் பறையர் துரும்பர்கள்மாத்திரம் விடிய ஐந்து நாழிகையுண்டென்னுமளவில் விவாகச்சடங்கு செய்துகொள்ளல்வேண்டுமென்னும் கட்டுப்பாடு பண்டைக்காலந்தொட்டிருந்தது. அவ்வழக்கம் இன்றும் அவர்களுள்ளே காரணந்தெரியாது பலவிடங்களில் நடந்துவருகின்றது.

பஞ்சம விவாகம்.

யாழ்ப்பாணத்துக்கு ஒல்லாந்தர்செய்த நன்மைகளுஞ்சிலவுள. அவர்கள் நெல்விளைவை விருத்திசெய்யுமாறு முன்னே தமிழரசரால் வெட்டுவிக்கப்பட்ட குளங்களைத் திருத்தியும், சில குளங்களைப் புதிதாக வெட்டியும் வாய்க்கால்களை வகுத்தும் வந்தார்கள். இவற்றையெல்லாம் தாம் பொருள்செலவிடாது குடிகளைக்கொண்டே இராசகாரியமாகச்செய்வித்து வந்தார்கள். 1784 ல் மழை குறைந்தது. அடுத்தவருஷம் மழையில்லாது போயிற்று. அதன்காரியமாகவந்த பஞ்சத்தால் ஊர் மிக வருந்தியது.

இக்காலத்திலே குமாரதெய்வேந்திரமுதலியென்பவர் தாம் அராலியிற் சேமித்திருந்த நெற்களஞ்சியத்தைத் திறந்துவிட்டு, வேண்டுவோர் தாம் சுமக்கக்கூடிய நெல்லு வாரிப்போகலாமெனப் பிரசித்தஞ்செய்வித்து மேல்பற்றுப் பஞ்சத்தைக் காத்தாரென்பர். இதனை மற்றப் பற்றுக்களிலிருந்த பிரபுக்களுமேற்கொண்டார்கள்.

நீர்ப்பாய்ச்சற்சூழ்ச்சி.

அவ்வருஷம் முத்துக்குளிப்பும் வாய்ப்பாகவில்லை. அதுகண்டு தேசாதிபதி சுழிபுரஞ்செல்வநாயகமுதலியார், சரவணமுத்துமுதலியார், புலோலிப் பெரியசிங்கநாயகமுதலியார், வேலப்பமுதலியார்முதலியவர்களையும் யாழ்ப்பாணத்துள்ள பிரபுக்களையும் வரவழைத்து அவர்களோடு யோசித்து நெல்விலையையிறக்கிவிற்கவும், அற்பகூலிகொடுத்து இராசகாரியமாகக் கனகராயனாற்றை யானையிறவுக்கடலைத் தூர்த்து அணையிட்டு அதன்வழியாகக்கொணர்ந்து யாழ்ப்பாணத்துவிளைநிலங்களுக்கு நீர்ப்பாய்ச்சவும் தீர்மானம் பண்ணினர். கனகராயனாறு பவானி (வவுனியா) க்குளத்துக்குச் சமீபத்தினின்றும் பாய்ந்து வடக்கேஓடி யானையிறவுக்கடலிற் கழிவது. அது பூர்வம் தமிழரசர்காலத்திலே கனகராயமுதலியாலே வெட்டப்பட்ட ஆறு. அக்காலத்திலே யானையிறவுக்கடல் இப்போதுள்ள விரிவாகவிருக்கவில்லை. அவ்விடம் யாழ்ப்பாணநாடு இலங்கையோடு பொருந்தும் பூசந்தியாயிருந்தது. அப்பூசந்திவழியாகக் கொண்டுவந்து யாழ்ப்பாணத்து விளைநிலங்களுக்கு நீர்ப்பாய்ச்சுமாறே கனகராயமுதலி அவ்வாற்றை வெட்டுவித்தான். அது முற்றுப்பெறுமுன் அவன் இறந்தான். பின்னர் அவ்வாறு தானே பெருகித் துறையை அரித்துக் கடலாக்கிவிட்டது. ஒல்லாந்தர் அவ்வாற்றையே திருப்பி நீர்ப்பாய்ச்சுதற்கு முயன்றனர். முயன்றும் இராச்சியகலகத்தினால் அஃதநுகூலப்படவில்லை.

யானையிறவு.

பறங்கிக்காரரால் கலக்குண்ட தமிழர் வழக்கங்களும் ஆசாரமுறைகளும் விவகாரமுறைகளும் ஒல்லாந்தவரசால் மீண்டுங் கலங்கின. ரோம ஒல்லாந்த விவகார முறையே இத்தேசத்துக்குச் சட்டமாக நெடுங்காலம் வழங்கியதால் ஆங்கிலேயரும் அதனையே இத்தேசத்துச்குச் சட்டமாக்கினர். சட்டம்.

ஒல்லாந்தர்காலத்தில் கிராமங்கள்தோறும் கிராமாதிகாரிகளை நியமித்து ஆங்காங்குமுள்ள சனங்களை அவர்கள்மூலமாயாண்டு வந்தார்கள். அச்சனங்களுக்கிடையே வரும் வழக்கு வியவகாரங்களை அவ்வதிகாரிகளே பஞ்சாயமூலமாய்த் தீர்த்துவந்தார்கள். தீர்க்க வகைதெரியாத வழக்குக்களை வாதிபிரதிவாதிகளைக்கொண்டு சத்தியஞ் செய்வித்துத் தீர்ப்பார்கள். பண்டுதொட்டு யாழ்ப்பாணத்திலுள்ளவர்கள் பொய் களவுக்குப் பெரிதும் அஞ்சுபவர்கள். பறங்கிக்காரர்காலத்துக்குமுன்னே கள்ளன்றி வேறு மதுபானமில்லை. கள்ளும் பள்ளர் பறையருக்குணவாக விருந்ததன்றி மதுபானமாக விருக்கவில்லை. கள்ளுண்டுகளித்தாரைக் காணின் தமிழரசர் காலத்தில் தண்டாதிகாரிகள் தூதர்பிடித்து விலங்கிட்டு வருத்துவர். கள்வரும் குடியரும் மிகுத்தது பறங்கியரசு தொடங்கியபின்னரேயாம். வியபிசாரம் தமிழரசர்காலத்தில் மிகவரிதாம். அக்குற்றமேற்றப் பட்டோர் காய்ச்சிய இரும்பைக் கையிலேந்திச் சபையிலே சத்தியஞ்செய்து தமதுண்மையை நாட்டவேண்டியவர்களாயிருந்தமையே அதற்குக் காரணமாம். அக்காலத்தில் பெண்கள் சிலர் இவ்வாறு சத்தியஞ்செய்து கையில் சிறிதும் சுடப்பெறாது போனமையைப் பறங்கிக்காரர் தாம் நேரேகண்டதாகப் பறங்கிச் சரித்திரத்திற் கூறப்பட்டிருக்கின்றது.

பஞ்சாயம்.

மதுபானம்.

மழுவேடுத்துச்சத்தியஞ்சேய்தல்.

1780 ம் ஹூ காரைக்காலிலிருந்து கனகசபைப் பிள்ளையென்பார் ஒருவேளாண்பிரபு வந்து காரை

கனகசபைப்பிள்ளை.

தீவிற் குடியேறினர். அவர் அவ்விடத்திலே நிலம் வாங்கி ஒரு சத்திரமுங் கட்டி அதற்கு விளைநிலங்களும் வாங்கிவிட்டனர் அழிந்தும் அஃது பிள்ளைமடமென இன்றும் வழங்குகின்றது. ஒல்லாந்தர் அவரைத் தமது மந்திரிகளுள் ஒருவராக்கி வண்ணார் பண்ணையில் ஒருமாளிகையும் நிலமுங் கொடுத்தார்கள். அவர் வெட்டிய குளம் நீர்வாவியெனவும் கட்டிய கோயில் நீர்வாவிவிநாயகர் கோயிலெனவும் வழங்குகின்றன. அவர் இருந்த மாளிகை அதன் அயலிலேயிருந்தது. நீர்வாவிக்குளம் அக்காலம் மிக்க அலங்காரமான படித்துறைகளோடிருந்ததென்பது அதன் இடிகரைகளால் அநுமிக்கத்தக்கதாகவிருக்கின்றது. அதனைப் பழைமைபோலத் திருத்துகின்அது காட்சிக்கினியதும் ஸ்நானத்துக்கு வாய்ப்பானதும் ஊருக்கலங்காரமுமா யிருக்குமென்பதற்கையமில்லை. ஊரலங்காரப் பொதுநன்மைக்கு முற்படும் பரோபகாரிகள் இக்காலத்தரியர். அதுநிற்க, கனகசபைப்பிள்ளையுடைய விவேகம் நற்குணம் பரோபகாரம் நேர்மை முதலியவறறைக் கண்ட ஒல்லாந்தர் அவரிடத்திலே மிக்க மதிப்புடையராயிருந்தார்கள். அதனைக் கண்டு சகியாத மற்றைத் தமிழ்மந்திரிகள் வஞ்சனை முடிந்து அவருக்கும் ஒல்லாந்தர்க்கும் பேதமுண்டாக்கி அவரைக் காரைக்காலுக்கு மீளும்படி செய்தார்கள். அவர் "என்மீது குற்றஞ் சிறிதுமில்லாதிருக்கவும் ஆராயாது ஊரைவிட்டு நீங்கும்படி தீர்த்த ஒல்லாந்தரும் என்னைப்போல மனம் வருந்தி அரசைப் பறிகொடுத்து நீங்குங்காலம் சமீபித்தது. அதற்கறிகுறியாக இன்று செல்கின்றேன்" எனக் கூறித் தமது நிலம் மாளிகைகளையெல்லாம் அற்பவிலைக்கு விற்றகன்றார். அவர் தோணியேறிய எட்டாநாள் ஒல்லாந்தர் அரசிழந்தனர். கனகசபைப்பிள்ளை சாபமும் காகதாலியமாயிற்று.

பனங்காமத்து வன்னிச்சி.

இதற்குமுன் 1790 ம் ஆல் பனங்காமத்திலே வன்னியராகவிருந்த நல்லமாப்பாணமுதலியார் ஒல்

லாந்தருக்கு மாறாக இராசதுரோகச் சூழ்ச்சி செய்கின்றாரென்று கீழ்நாட்டுச் சிங்களவன்னியனாரொருவர் எழுதிவிடுத்த நிருபத்தைக்கொண்டு ஒல்லாந்தர் அவரைப் பிடித்துப் பன்னீராயிரமிறைசால் (ஒன்பதினாயிரம் ரூபா) அபராதம் விதித்து அது கொடுக்கும்வரையும் சிறையிலிருக்குமாறு கொழும்புக்கனுப்பினர். அவருடைய நிலங்களையெல்லாம் பிடித்து அந்நிலத்து வருவாய்களை மூன்றுவருஷத்துக்குக் குத்தகை கூறிவிற்றனர். அக்குத்தகையை வாங்கி அதனாற் பெரும்பொருள்படைத்து விளங்கினவர் பெரிய தாமோதரம்பிள்ளையென்பவர். அவர்வீடு சித்திரக்கட்டுவீடெனப் பன்றிக்கோட்டு விநாயகராலயத்துக்கு முன்வளவிலிருந்து இற்றைக்குச் சிலவருடங்களுக்குமுன்னர் அழித்துக் கட்டப்பட்டது.

நல்லமாப்பாண முதலி.

நல்லமாப்பாணமுதலியார் மனைவியார் எல்லைகாவேதநல்லைநாச்சியார். பனங்காமமுதலிய அநேக கிராமங்களுக்கு அவரே சிற்றரசி. அவ்வரசியை விவாகஞ்செய்த நல்லமாப்பாணர் செல்வமும் அதிகாரமுமுடையராயினர். எல்லைகாவேத என்னும்பெயர் எலைசபேத் காதரினாவென்னும் கிறிஸ்தபெயரென்பர். நாச்சியார் என்பது வன்னிச்சிமாருக்குரிய சிறப்புப்பெயர். அது நாயகனார் என்பதன் பெண்பாற்சொல்லாகிய நாயகியார் என்பதன் சிதைவு. நாயன் என்பதன் பெண்பாற்சொல்லாகிய நாய்ச்சி நாச்சியெனமருவி ஆர்விகுதி பெற்றதெனினும் பொருந்தும். நாயன் நாயகன் என்பன அரசர்க்குரிய பெயர்களாம். அதுநிற்க, நல்லமாப்பாணமுதலியார் சிறைப்பட்டுக் கொழும்புக்குச் செல்ல, எல்லைகாவேத நல்லைநாய்ச்சியார் யாழ்ப்பாணம் வந்து வண்ணார் பண்ணையில் வசித்தனர். அவர் தமது நாயகரை மீட்டன்றி நீராடுவதும் முப்போதுண்பதுமில்லையென விரதங்கொண்டிருந்தனர். அதுகேட்ட வைத்தியலிங்கச்செட்டியார் கொழும்புக்குச் சென்று பன்னீ

ராயிரமுங் கட்டி முதலியாரை மீட்டுக்கொண்டு மீண்டனர். வன்னியனர் அப்பன்னீராயிரத்துக்கும இருபத்தையாயிரம் பனைகளும், தம்மை மீட்டற்கு த்திருவுளங்கொண்டு அநுக்கிரகித்த வைத்தீசுவர சுவாமிக்கும் தையல்நாயகியம்மையாருக்கும் நித்தியபூசைக்காகத் தேருங்கண்டற் கிராமமுங் கொடுத்தனர். அதுகண்டு அக்காலத்திலே சிறுப்பாகவிருந்த பூலோகமுதலியாரும் சில திருப்பணிகள் செய்வித்தனர்.

தேறுங் கண்டல்.

குமார தேவேந்திரமுதலி நுளம்பராயமுதலி.

வண்ணைச்சிவாலயத்துக்கும் சிதம்பராலயத்துக்கும் முதன்முதல் விளைநிலமுபகரித்தோர் குமார தேவேந்திரமுதலியும், நுளம்பராயமுதலியுமாவர். இருவரும் அராலியிலே விளங்கியவர்கள். சண்முகநாயகமுதலியாருக்கும் சரவணமுத்துமுதலியாருக்கும் பெருநட்பினர். விசுவநாதசாஸ்திரியார் எழுதிய குறிப்பில் நுளம்பராயரோடு அநேக பிராமணர் வந்து மேல்பற்றிலே குடிகொண்டாரெனக் கூறப்பட்டிருக்கின்றது.

நல்லமாப்பாணமுதலியாருக்குக் கதிரைநாய்ச்சியார்,குஞ்சிநாய்ச்சியார், அறுமாத்தைநாய்ச்சியார், வள்ளிநாய்ச்சியார் என நான்கு பெண்களும் கந்தையாவன்னியனர் என ஒரு புத்திரரும் யாழ்ப்பாணத்திற் பிறந்தார்கள். கதிரைநாய்ச்சியாரை முகமாலை வயிரமுத்துவன்னியனரும், அறுமாத்தைநாய்ச்சியாரைக் கதிரித்தம்பிவன்னியனரும், வள்ளிநாய்ச்சியாரைத் தியாகவன்னியனரும் விவாகஞ் செய்தனர். இவ்வள்ளிநாய்ச்சியாருடைய மகளை விவாகஞ்செய்தவர் கதிர்காமவன்னியனர். அவர் புத்திரனரே 1901 ல் இறந்த வண்டாவயிரமுத்து என்பவர். அவர் இறக்கும்போது வயசு 88. அவர் வேதாந்தஞானுணர்ச்சியிற் சிறந்தவர். அவர் நுவரைவண்டாவென்னுஞ் சிங்களப்பிரபு குடும்பத்தில் ஒருபெண்ணை விவாகஞ்செய்தவர். அவர் ஐந்துவயசுச் சிறுவ

ராயிருக்கையில் அவருடைய தந்தையாரைக் காணும்பொருட்டு இரகுநாதமுதலியாரும் ஒரு குருக்களும் போயிருந்தார்கள். அவருடைய தாயார் அவ்விருவருக்கும் வெற்றிலைச்சுருள் கொண்டுபோய்க் கொடுவென்று இருகையிலும் இரண்டு சுருள் கொடுத்தார். அவர் இரகுநாதமுதலியாருக்கு முதற் சென்று ஒருசுருளைக் கொடுத்துவிட்டுக் குருக்கள் பாற் சென்றார். அதற்கிடையில் அவருடைய தகப்பனார் அவரை அழைத்துக் குருக்களுக்கு முதலிற் சென்று கொடாது முதலியாருக்குக் கொடுத்ததென்னபுத்தியென்றுறுக்கினர். அவர் தந்தையை நோக்கி, "ஐயா, அஃதென்குற்றமன்று; குருக்களுக்கு இருகையாலுங் கொடுக்கவேண்டும். அதுபற்றி ஒரு கரத்திலிருந்ததை முதலிற் கொடுத்துவிட்டு இருகையாலுங் குருக்களுக்குக் கொடுக்கச்சென்றேன்" என்றார். அதுகேட்டுத் தந்தையும் குருக்களும் மற்றிருந்தோருஞ் சபாசென்று அவரை மெச்சினர். இதனால் அவர் சிறுவயசுமுதல் விவேகியாய் விளங்கினரென விளங்குகின்றது. அதுநிற்க, வன்னிநாட்டிலேயிருந்த மற்றைய வன்னியனார்களும் ஒல்லாந்தாது கொடுமையாற் பதிவிடுத்து யாழ்ப்பாணம் வந்து சேர்ந்து தமது கையிலிருந்த பொருளையெல்லாம் தமதாளடிமைகளோடு கூடியுண்டுடுத்துத்தொலைத்து ஒளிமழுங்கினர். (ஆங்கிலேயர் அரசியல்தொடங்கியபின்னரும் தேசாதிபதிகள் சில வன்னிச்சிமாரோடு பேசும்போது சிற்றரசர்க்குரிய மரியாதைவாசகத்தோடு விளித்தே பேசுவரென்றால் அவர்கள் நிலை இவ்வளவென்று சொல்லவும் வேண்டுமோ.

இப்பால் ஆங்கிலேயர்காலம் கிட்டியதால, அவர்கள் வரலாற்றைக் குறித்துச் சிறிதுசொல்வாம். அவர்கள் நாடு இங்கிலாந்து என்னுந்தீவு. இவ்வாங்கிலேயர் இற்றைக்கு 300 வருடங்களுக்குமுன் துருக்கி நாட்டுடன் மாத்திரம் வர்த்தகத் தொடர்புடை

ஆங்கிலேயர்காலம்.

யவாயிருந்தார்கள். அப்பால், அஃதாவது 1580ன் மேல் பறங்கிக்காரருடைய முயற்சியையும் அதனுல் அவர்களுடைய உயர்ச்சியையுங் கண்டு, தாமும் அவரைப்போல் கிழைத்தேயத் தொடர்புடையவராக வேண்டுமென்று விருப்பங்கொண்டார். அவ்வாறே நான்கு ஆங்கிலேய வர்த்தகர் கிழைத்தேயத்தைநாடி வழிக்கொண்டு சீரியாமார்க்கமாய் இந்தியாவையடைந்தனர். அவர்களுள் ஒருவர் "அக்பார்" அரசனிடத்தில் சேவகத்திலமர, மற்றை மூவரிலொருவர் பஞ்சாப்பிலிறந்துபோக, எஞ்சிய இருவரில் ஒருவா துறவியாகிக் கோவையில் நின்றுவிட, மற்ற

"பிற்சு" வராகிய "பிற்சு" என்பவர் சீயம் மலாக்கா முதலியவிடங்களுக்குப் போய்ச் சுற்றிக்கொண்டு தமதூருக்கு மீளுகையில், 1589 ம் ஷூ மார்ச்சுமீ 5வ கொழும்பில்வந்திறங்கினர். இவரே ஆங்கிலேயருள் முதன்முதல் இலங்கையைக் கண்டவர் எனலாம்.

அப்பால் 2 வருடம் கழித்து, இங்கிலாந்துக்கு அந்நாளில் அரசியாயிருந்த (Elizabeth) எலிசபேத்து என்பவர், பறங்கிகளுடைய கொள்கைக்கு மாருய் இந்துசமுத்திரத்தில் போய் உலாவிவருமாறு சில கப்பல்களைப் பிரயாணப்படுத்திவிட்டார். அவற்றுள் ஒன்று மலாக்காநாடுவரையில் சென்று மீளும்போது, காலித்துறையில், 1592 ம் ஷூ டிசம்பர்மீ 3வ வந்து நங்கூரம் பாய்ச்சிற்று. அக்கப்பற்பெயர் (Edward Bonaventure) எட்வேட் போனுவென்சர். இதுவே முதன்முதல் இலங்கைக்கு வந்த ஆங்கிலேயர் கப்பல் எனலாம்.

இதன்மேல், இந்தியநாடானது, பறங்கிகள் ஒல்லாந்தர் பிராஞ்சியர் ஆங்கிலேயர் என்னுமின்நான்கு சூரர்முன் "இது வென்றூர்க்குரியது" என்று வைக்கப்பட்டதோர் விலையுயர்ந்த இரத்தினப் பரி

சுபோலாக, அதனைக் கையாடும்பொருட்டு ஆங்கிலேயர் ஏறக்குறைய 200 வருடம் வரையிற் போராடி நின்றமையால் இலங்கை அவர்கள் கருத்திற்கு வரவில்லை.

பின்பு 1763 ல் சென்னைத் தேசாதிபதியானவர் இலங்கைமேல் காதல்கொண்டவராய், (Pybus) பைபஸ் என்னுந் துரையைக் கண்டியரசனாகிய கீர்த்தி ஸ்ரீ ராசசிங்கனிடம் அனுப்பி ஒருடன்படிக்கைக்குச் சம்மதம் கேட்டார். அதற்கு அரசன் சம்மதப்பட்டானில்லை.

அப்பால் 1782 ல் ஒல்லாந்துக்கும் இங்கிலாந்துக்கும் போர் மூண்டது. அதுபற்றி, சென்னைத் தேசாதிபதி இலங்கையிலுள்ள ஒல்லாந்த நாடுகளைப்பிடிக்குமாறு கப்பற்றளபதியாகிய (Sir Edward Hughes) ஹியூஸ் துரையுடன் ஓர் கப்பற்படையையும், (Sir Hector Munro) மனுறோ என்னுஞ் சேனாபதியுடன் ஓர் சேனையையுமனுப்ப, அவர்கள் வந்து திரிகோணமலையைப் பிடித்தார்கள். இச்சமயத்திலும் சென்னைத் தேசாதிபதி ஒரு தூதனை இராசாதிராசசிங்கனிடத்துக் கனுப்பி, "நீ ஒல்லாந்தருடன் போர்செய்வையாயின் நாங்களுதவிசெய்வோம் அதன்மேல் நீயும் நாமும் ஐக்கியமாயிருக்கலாம். இது உனக்குடன்பாடாயின் சொல்லுக" என்று கேட்பித்தார். அதுகேட்டு இராசாதிராசசிங்கன், இவர்களும் பின்னால் நமக்குச் சத்துருக்களாவர்தாமே" என்றெண்ணி உடன்படாது மறுத்தான்.

திரிகோணமலை பிடிபட்டது.

கண்டியரசனிடம் தூதனுப்பல்.

அடுத்தவருடத்தில் ஒல்லாந்துக்கும் இங்கிலாந்துக்கும் சமாதானமிடைப்பட்டமையால் திரிகோணமலை மறுபடியும் ஒல்லாந்தர்க்கு விடப்பட்டது.

திரிகோணமலை விடப்பட்டது.

இப்படியிருக்கையில் மீண்டும் 1795 ல் இங்கிலாந்துக்கும் ஒல்லாந்துக்கும் போர் தொடங்கிற்று

ஹோபாட்தேசாதிபதி.

அப்போது சென்னைத்தேசாதிபதியாயிருந்த நரேந்திரப்பட்டமுடைய (Lord Oobart) ஹோபாட்டென்பவர் (Gen. Steward) ஸ்துவாட் சேனாபதியுடன் ஒருசேனையை இலங்கைக்கனுப்பினர். அச்சேனாபதி உடனே திரிகோணமலையை வளைந்து மூன்று வாரமாகக் காவல்செய்து ஈற்றில் கைப்பற்றினான். அப்பால் அவன் ஒரு படையோடு பருத்தித்துறையிலிறங்கி யாழ்ப்பாணஞ் சென்று அதனையும் எதிர்ப்பாராருமின்றிக் கவர்ந்தான். அடுத்த 1796 ல் நீர்கொழும்பையு மவ்வாறு பிடித்தான். அதன்பின்பு கொழும்பைநோக்கி வழிக்கொண்டு களனியாற்றையுந்தாண்டி அந்நகரிற்போய் எதிரூன்றினான். அங்கே பெப்ரவரிமீ 16உ மலாயர் படையொன்று ஒரு பிராஞ்சுத் தலைவனோடும் வந்து எதிரிட்டுச் சிறிது நேரத்தில் தலைவனையும் மடியவிட்டோட, ஸ்துவாட்துரை வெற்றிமாலையணிந்து, ஜயபேரிகள், "இலங்கைநாடரைப்பிணிவிட்டது! பிணிவிட்டது!! பிணிவிட்டது!!! கொழும்புநகரும் பிடிபட்டது! பிடிபட்டது!! பிடிபட்டது!!!" என்றொலிப்பதுபோல் முழங்க, கோட்டைக்குட் சென்று துவஜாரோகணஞ்செய்தார். இதன்பின் சின்னாளில் காலியும் பிடிபட்டது. இவ்வாறே ஒல்லாந்தர் 138 வருடமாகக் கட்டியாண்டுவந்த கரைதுறைநாடுகள் எல்லாம் ஒருங்கே ஆங்கிலேயருடைய தண்குடைநிழற்கீழ்ப்பட்டன.

திரிகோணமலை மீண்டுபிடிபட்டது.

யாழ்ப்பாணம் நீர்கொழும்பு கொழும்புபிடிபட்டது.

இவ்வாறு ஆங்கிலேயருக்கு எளிதில் வெற்றிகிடைத்தற்குக் காரணம் ஒல்லாந்தருடைய முயற்சியின்மையும் அவர் சேனாவீரருடைய ஐக்கியமின்மையுமேயன்றி மற்றன்று. கொழும்பில் ஒல்லாந்த தேசாதிபதியாய்க் கடைசியிலிருந்த* "வான் அஞ்சல்பேக்" என்பவனை ஆங்கிலேயர் மேற்சென்று காக்காது விட்டிருப்பரேல், அவனுடைய சேனா

* இவன் சிறிதுகாலம் கொழும்பில் ஆங்கிலேயருடைய பாதுகாப்பிலிருந்து பின் தற்கொலைபுரிந்துகொண்டிறந்தான்.

வீரர் அவனைக் கொன்றிருப்பரென்றால், அவர்களுடைய கீழ்மையைப்பற்றிக் கூறவும் வேண்டுமோ! "துற்புத்திமந்திரியால் அரசுக்கீனம்" என்றபடி கீழ்மையில்லாப் படைவீரரால் அவர்கள் அரசுக்கு இவ்வாறு சீக்கிரத்தில் கேடுண்டாயிற்று. இவ்வாறே கொடியரிற் கொடியராகிய ஒல்லாந்தருடைய அரசியற்காலம் 1796 ம் ௵ பிப்ரவரிமாசத்தோடு தொலைந்தது. அவர்காலத்தில் வழங்கிவந்த சில சட்டங்கள்மாத்திரம் தற்காலத்தும் பிரயோகத்திலிருக்கின்றன. தோம்பு, கந்தோர், தரணி முதலிய ஒல்லாந்தச் சொற்கள் இன்றும் வழங்குகின்றன.

ஆங்கிலேயர்காலம்.

இவ்வண்ணம் நடுநாடொழிந்த ஏனையநாடெல்லாம் ஆங்கிலேயருடைய கைப்பட்டவுடன், சென்னைத் தேசாதிபதியுடைய ஆஞ்ஞைக்குள்ளாகி, "இந்நாடு (East India Company) கிழக்கு இந்திய வர்த்தகக் கூட்டத்தார்க்கு விடப்படத்தக்கதோ, அல்லது இங்கிலாந்தரசுக்கு உபராசாங்கமாக உபகரிக்கப்படத்தக்கதோ" என்னுங் கேள்விக்கிடனாய் யோசனையில் நின்றது. அன்றியும் ஒல்லாந்தர் சமாதானப்படுங்கால், அவரிடத்தில் மீளவும் ஒப்பித்துவிடலாமெனவுமோர் எண்ணம் ஆங்கிலேயர் மனத்திற்கிடந்தது. கிழக்கிந்தியவர்த்தகக்கூட்டத்தார்.

இப்படியிருந்தும், சென்னைத் தேசாதிபதி, இலங்கை அரசியல்முறையைச் சீரிடத்துணிந்து, சென்னையினின்றும், உலகவியலறியாதவனும் சோம்பனுமாகிய (Mr. Andrews) அந்திரேயஸ் என்னும் ஓர் துரைமகனைச் சகலவித அதிகாரங்களோடும் இலங்கைக்கனுப்ப, அவன் இலங்கையையடைந்து, முன்னிருந்த இறைதிரட்டிகளெல்லோரையும் நீக்கிப் பு அந்திரேயஸ்.

திதாய்த் தமிழரை நியோகித்து, வரியின்றியிருந்த சுரோத்திரியம் மானியம் முதலிய நிலங்களுக்கு வழக்கத்துக்கு விரோதமாக வரிகளை விதித்தும், இது போன்ற வேறு தீமைகளையுஞ் செய்தும், காருண்ணியமற்றவனாய் அதிகாரஞ் செலுத்திவந்தான். இதனைப்பொறுக்க ஆற்றாத சிங்களப்பிரபுக்கள் சிலர், சில ஒல்லாந்தக்குடிகளைத் துணைக்கொண்டு சனங்களைத் திரட்டி, கொழும்புக்கும் கண்டிக்கும் இடையிலிருந்த அரண்களையெல்லாம் கைப்பற்றிக்கொண்டு மற்றையவிடங்களுக்குச் சென்று, அங்கெதிர்த்த ஆங்கிலேயரெல்லோரையும் கொன்றும் காயப்படுத்தியும் முதுகிடச்செய்து சிலநாளாக ஆங்கிலேயருக்குப் பெருந் துன்பஞ்செய்துவந்தார்.

குடிகள் கலகம்.

அக்காலத்திலே வன்னிநாட்டிலே மிக்க செல்வமும் அதிகாரமுமுடையனாயிருந்து அவ்விடத்தையாண்ட பண்டாரவன்னியனும் படையொன்று சேர்த்துக்கொண்டு ஆங்கிலேயருக்கு மாறாகவெழுந்து, ஆங்கிலேய போர்வீரர் சிலரைத் தாக்கிக் கொன்று எஞ்சினோரை முதுகிடச்செய்தான். சிறிது காலத்தில் ஆங்கிலபடைவீரர் சென்று அவனையும் அவன படையையுங் கொன்றொழித்து அவன் பொருளையெல்லாங் கவர்ந்தார்கள். ஈற்றில் ஆங்கிலேயர், சிறுபாம்பாயினும் பெருங்கோல்கொண்டடிக்கவேண்டுமென்றபடி, ஒரு சேனையோடும் சிங்களவரை எதிர்த்து, தம்பக்கத்தில் பலரையிறக்கக்கொடுத்தும் ஆண்மைவிடாது அச்சிங்களப்படையைச் சுட்டு வெட்டிப் பிடித்தடித் துதைத்து வதைத்துக் குத்தி மொத்தி எற்றிப் பற்றி வெற்றிகொண்டு போதும்போதுமென்றோடச் செய்தார்.

பண்டாரவன்னியன்.

இதனைக் கேள்வியுற்ற சென்னைத் தேசாதிபதியாகிய (Lord Hobart) ஹோபார்ட் நரேந்திரர் (Colonel De Meuran) தெமியூருன் என்னும் படை

த்தலைவனை அக்கலகவிசாரணையின்பொருட்டு இலங்கைக்கனுப்பினர். அவனும் இலங்கைக்கு வந்து அதன் விருத்தாந்தங்களையெல்லாம் ஆதியோடந்தமாகச் சென்னைக்கெழுதியனுப்பினன். அதுகேட்ட தேசாதிபதி காலந்தாழ்க்காது உடனே இலங்கையை இங்கிலாந்து ராசாங்கத்துக்கு உபராஜாங்கமாக்கினன். அதனை இங்கிலாந்தில் அரசுவீற்றிருந்த மூன்றாம் ஜார்ச் அரசர் மகிழ்வோடங்கீகரித்து அதனை ஆளும்படி நார்து (Governor North) என்பவரைத் தேசாதிபதியாக அனுப்பினர். இலங்கைஉபராசாங்கமாதல். நார்துதேசாதிபதி.

அவர் 1798 ம் ஆடு அக்டோபர்மீ இலங்கை வந்து சேர்ந்து தேசாதிபத்தியங் கைக்கொண்டார். அவர் தெமியூரன் என்பவருடைய எண்ணப்படி சிங்களநாடுகளிலே அதிகாரிகளாயிருந்த தமிழரை நீக்கிச் சிங்கள அதிகாரிகளையே வைத்தனர். இதற்கிடையில் ஒல்லாந்தக்குடிகள் தாங்கள் அனுபவித்த சுவாதீனங்களைக் கைவிட மனம்பொருந்தாது ஆங்கிலேயருக்கு மாறாகக் கலகஞ்செய்ய முயன்றனர். யாழ்ப்பாணத்திலும் சிலவொல்லாந்தர் அதற்குடன்பட்டனர். அவரோடு சில வன்னியரும் கூடினர். அஃதுணர்ந்து நார்து தேசாதிபதி அவர்களுடைய வீடுகளையும் நிலங்களையுங் கவர்ந்துகொண்டு ஊரைவிட்டோட்டினர். அவ்வளவில் அவர்களுமடங்கினர்கள். ஆங்கிலேயர் ஒல்லாந்தரைப்போலத் தென்னமரங்களுக்கும் ஏனைய பழவிருக்ஷங்களுக்கும் மரமொன்றுக்கு ஓரணா வரிவிதித்துக் கண்டிப்பாக வாங்கிவந்தனர். வரிதிரட்டிவந்த தமிழுத்தியோகஸ்தர் கொடுமையால் மீண்டுங் குடிகள் கலகங்கள் விளைப்பாராயினர். அக்கலகங்களுக்குக் காரணராயிருந்த உத்தியோகஸ்தர்களையெல்லாம் நார்துதேசாதிபதி விசாரித்து அவர்களை உத்தியோகத்தினின்றும் நீக்கினர். கர்னல்பார்பட் என்பவர் வட ஒல்லாந்தக்குடிகள்கலகம். பழவரி.

மாகாண அதிகாரியாக நியமனம்பெற்று யாழ்ப்பாணத்துக்கு வந்தார். அவருக்கு உதவி அதிகாரிகள் அமில்தார் எனப்படுவர். மன்னார், முல்லைத்தீவு, வவனியா, யாழ்ப்பாணம், பருத்தித்துறை, ஊர்காவற்றுறை என்னுமிடங்களில் ஒவ்வோர் அமில்தார் இருந்து இறைதிரட்டி வந்தார்கள. ஒவ்வோர் அமில்தாருக்கும், எழுத்துக்காரன், மணியகாரன், ஆராய்ச்சி, சராப்பு, கணக்கன், கொத்தவால், கண்காணி, பதினைந்திருபது சேவகர்கள், ஒருவிளம்பரப் பறையன் என்னுமிவ்வளவு வேலைக்காரரிருந்து கருமம்பார்ப்பர். அந்தநாளில் அமில்தாருக்குச் சம்பளம் ரூ. 75. எழுத்துக்காரனுக்கு (கிளாக்) ச்சம்பளம் ரூ. 13. 50. சராப்பு சம்பளம் ரூ. 11. 25. கொத்தவால் கணக்கன், ஆராய்ச்சி, மணியகாரன் இவர்களுக்கெல்லாம் தனித்தனி ரூ. 8. 25. சேவகர்க்கு ரூ. 2.75. பறையனுக்கு ரூ. 1. 50. இந்தச் சம்பளவிகிதங்கள் சிற்சிலபகுதிகளிலே கூடியும் குறைந்துமிருக்கும்.

அதிகாரின் ஒழுக்கம்.

அந்நாளிலிருந்த மாகாண அதிகாரிகள், அமில்தார்கள். அவர்களுக்குக் கீழ்ப்பட்ட உத்தியோகஸ்தர்கள் யாவரும் மிக்க நேர்மையுடையராயிருந்தார்களென்றெண்ணவிடமில்லை. அவர்கள் வியாபாரமுஞ்செய்து பொருளீட்டிவருவார்கள். கர்ணல்பார்பட் என்பவரும் தேங்காய்க் கொப்பரை எள்ளு முதலியன வாங்கி அந்நியதேசங்களுக்கனுப்பி வியாபாரம்பண்ணி வந்தாரென்றால் மற்றையோர்செய்தி கூறவும் வேண்டுமோ? பார்பட்டுக்கு இவ்வியாபாரத்தில் அனுகூலியாயிருந்தவர் மன்னார் அமில்தார் சுப்பாராயபிள்ளையென்பவர். யாழ்ப்பாணத்திலே பொன்னம்பலமுதலியார் கர்ணல்பார்பட்டுக்கு இவ்வியாபாரத்தில் கூட்டாளியாயிருந்தனர். இவர் மானிப்பாயிலிருந்தவர்.

நார்துதேசாதிபதி இலங்கைச் சுதேசிகளுக்கு உயர்தர ஆங்கிலக்கல்வி பயிற்றுமாறு 1799 ம் ஹூ

டிசெம்பர்மீ 15உ மகாவித்தியாசாலையொன்று ஸ்தாபித்தனர். அவ்வித்தியாசாலைக்குச் சிங்களர் தமிழர் பறங்கிகள் என்னுமுத்திறத்தாரும் தம்மக்களை அனுப்பிக் கல்வி பயிற்றுவாராயினர். மகாவித்தியாசாலை.

இதற்கு முன்வருஷம் கண்டிநாட்டரசனாகிய இராசாதிராசசிங்கன் ச்ந்ததியின்றி இறந்தான். முதன்மந்திரியாகிய பிலாமைத்தலாவை என்பவன் அவ்வரசனுடைய கொழுந்திமகனாகிய கண்ணசாமியென்பவனுக்கு முடிசூட்டி ஸ்ரீ விக்கிரமராசசிங்கன் என்னும் பட்டப்பெயருமளித்தான். இறந்த அரசனுடைய பட்டத்துத்தேவிக்குச் சகோதரனும் அப்பட்டத்துக்குத் தகுதியுடையவனுமாகிய முத்துச்சாமியென்னுங் கோமகன், ஒருகாலம் யுத்தஞ் செய்து பட்டத்துக்கு வழக்கிடுவானென்றெண்ணி, முதன்மந்திரி அவனைக் கொல்லப் பல சூழ்ச்சிகள் செய்தான். அஃதுணர்ந்து முத்துச்சாமி நார்துதேசாதிபதியிடம் போய்த் தனது குறையைச் சொன்னான். நார்துதேசாதிபதி முத்துச்சாமிக்கு அபயங் கொடுத்து, மெய்காப்பின்பொருட்டு ஒரு சிறு தளமுங் கொடுத்து அவனை யாழ்ப்பாணத்துக்கு அனுப்பினார். முத்துச்சாமி இங்குவந்து சிறிதுகாலந் தங்கினான். அவன்வந்து வசித்தவீடு கோட்டைக்குள்ளேயிருக்கும் இராசமாளிகை. முத்துச்சாமிராசா.

அவன் யாழ்ப்பாணத்தில் இருக்கும்போது அவனைக் கொடிய நாகமொன்று தீண்டிற்று. அநேக விஷவைத்தியர் தீர்க்கமுயன்றும் விஷந்தீராது தலைக்கேறிற்று. வைத்தியத்தில் இணையில்லாத இருபாலைச்செட்டியாருடைய பெயர் எங்கும் வியாபித்திருந்தும் அந்நாளில் சிறுவயசினராயிருந்தமையால் அவரை முதலிலே இராசமாளிகையார் அலட்சியஞ்செய்தார்கள். மற்றைவைத்தியர்கள் கைவிட்ட பின்னர் இராசமாளிகையார் செட்டியாரிடஞ் சென்று அவரையழைத்தார்கள். அவர் ஓரோலைநறுக் கெடுத்து அதில் இருபாலைச்செட்டி என்றெழுதி இருபாலைச்செட்டியார்.

"இதனைக் கொண்டுபோய் அக்கோமகன் முன்னே வையுங்கள் விஷந்தீர்ந்துவிடும்" எனக்கூறிக் கொடுத்தார். அவ்வாறு செய்ய விஷந்தீர்ந்து கோமகனும் நித்திரைவிட்டெழுந்தான்போலெழுந்தான். அவன் இருபாலைச்செட்டியாருக்குத் தந்தப்பல்லக்கும் அநேக வெகுமானங்களும் அனுப்பினன். செட்டியார், "நாழியரிசியும் நான்குமுழமும் போதுமென்று விரதம்பூண்டவெனக்கு இவையெல்லாம் துன்பமாம். என்னைத் துன்பத்துக்காளாக்கவேண்டாமென விண்ணப்பஞ்செய்கின்றேன்" என்று கூறி அவைகளைத் திருப்பிவிட்டார்.

விசுவநாதசாஸ்திரி.

இதற்குச் சிலநாளைக்குமுன் முத்துச்சாமிக் கோமகன் விசுவநாதசாஸ்திரியாரை அழைத்துத் தனக்குப் பட்டங்கிடைக்குமோ கிடையாதோவெனத் தனது சாதகத்தை ஆராய்ந்து பார்த்துச் சொல்லுமாறு கேட்டான். சாத்திரியார், "பட்டங்கிடைக்கும்; அதுவும் சமீபத்திலே கிடைக்கும்; பட்டத்துக்கு முன்னும் பின்னும் அரிபகையுண்டு" என்றார். அதுகேட்ட கோமகன், என்னபகைவந்தாலும் பட்டம்வந்தாற் போதுமென்று மகிழ்ந்து, அவருக்குத் தக்கவெகுமானமும் ராஜசோதிடரென்னும் பட்டமுமளித்தான். முன்னும்பின்னும் அரிபகையென்பதற்கு, முன்னே அரிபகை பாம்புப்பகை எனவும், பின்னே அரிபகை தலையரியும்பகை எனவும் பொருளாம். சாஸ்திரியார் சொல்லிய சிலதினங்களிற் கோமகனை நாகந்தீண்டிற்று. அது தீர்ந்தவுடன் கோமகன் சாஸ்திரியாரை அழைத்து மீண்டுஞ் சில பரிசுகள் வழங்கினன்.

முத்துச்சாமிஅரசனாதல்.

அதனபின்னர் ஆங்கிலேயர் முத்துச்சாமியை யாழ்ப்பாணத்தினின்றும் அழைத்துக்கொண்டுபோய், 1803 ம் ௵ மார்ச்சுமீ 8உ கண்டிநகரில் மிக்க சம்பிரமத்தோடு முடிசூட்டிக் கண்டியரசனாக்கி, அ

வனோடு ஒருடன்படிக்கையுஞ் செய்துகொண்டனர். சிலதினங்களின்பின்னர், முன் ஆங்கிலேயர்க்கஞ்சி ஒளித்தோடிய ஸ்ரீ விக்கிரமராசசிங்கனென்னும் அரசனுடைய மந்திரியாகிய பிலாமைத்தலாவையினது வஞ்சவலையில் நார்து தேசாதிபதி அகப்பட்டுத், தாம் முன்னே முத்துச்சாமியரசனோடு செய்த உடன்படிக்கையை மாற்றி, முத்துச்சாமியை இராசபதத்தினின்று நீக்கவும், விக்கிரமராசசிங்கனை மீண்டுங் கண்டியரசனாக்கவும், முத்துச்சாமிக்கு வருஷமொன்றுக்கு ரூபா முப்பதினாயிரங் கண்டியரசன்கொடுத்துவரவும், முத்துச்சாமி யாழ்ப்பாணத்திலே ஓரிராசமாளிகைகட்டி இராசமரியாதையோடு அதிலிருக்கவும் புதியவுடன்படிக்கைசெய்தார். அதனை முத்துச்சாமியோடு கலவாமல் நார்துதேசாதிபதி தாமாகவே செய்தார். இது தேசாதிபதியினது நேர்மையின்மையை விளக்குகின்றது.

இப்படிச்செய்தும் பிலாமைத்தலாவையினது வஞ்சச் சூழ்ச்சியால் 1803 ம் வருஷம் ஜூன்மாசம் 26 ந் தேதி ஆங்கிலபடையும் முத்துச்சாமியும் கண்டியரசன் கைப்பட, சிங்களமந்திரி ஆங்கிலசேனாபதியை நோக்கி, முத்துச்சாமியை எங்களிடமொப்புவித்தால் உங்களையெல்லாம் உயிர்பிழைக்க விடுவோமென்றச்சுறுத்தி, முத்துச்சாமியைக் கைப்பற்றிக்கொண்டுபோய் அரசன்முன்னிலையில் விட்டான். அரசன் முத்துச்சாமியை உடனே சிரபங்கஞ் செய்வித்தான். முத்துச் சாமி கொலையுண்டது

இதற்குச் சிலவருஷங்களுக்கு முன்னே தஞ்சைச் சமஸ்தானத்தில் மந்திரியாயிருந்த துளசிராயருக்கு ராயசகாராயிருந்த கரந்தட்டான் குடி முத்துச்சாமிப்பிள்ளையென்பவன் துருக்ககலகத்துக்கு அஞ்சிக் கண்டிக்குப்போக யாழ்ப்பாணமார்க்கமாய் வந்தான். அவன் தன்னை இன்னானென்றறிவிக்காது யாழ்ப்பாணத்திற் குடிகொண்ட சோழதேசத்தார் முத்துச் சாமிப்பிள்ளை.

வீடொன்றிலே சிலகாலந் தங்கிப் பின்னர்க் கண்டி சமஸ்தானத்தையடைந்து அங்கிருக்கையில், அங்கும் யுத்தந் தொடங்கியதால் கொழும்புக்குச் சென்று யாழ்ப்பாணத்துக் குடும்பமொன்றில் விவாகஞ் செய்து, ஆங்கிலபடைத்தலைவனோடு நட்புக்கொண்டு, படைக்குவேண்டும் பண்டங்கள் கொடுக்கும் உத்தியோகம்பெற்றுப் பெரும்பொருளீட்டி வாழ்ந்தான். முத்துச்சாமிராசா யாழ்ப்பாணம் வந்திருந்தபோது முத்துச்சாமிப்பிள்ளைக்குத் திருமுகமனுப்பி அவனை வரவழைத்துத் தனக்குத் துணையாயிருக்கும்படி கேட்டுத் தன்னோடிருத்தினன். முத்துச்சாமிராசா கண்டிக்கு மீண்டபோது முத்துச்சாமிப்பிள்ளையும் கொழும்புக்கு மீண்டான். மாக்டோவல் சேனபதியும் நார்துதேசாதிபதியும் இம்முத்துச்சாமிப்பிள்ளையிடத்தில் மிக்க விசுவாசமுடையராயிருந்தார்கள். மன்னாரில் அமில்தாராக அந்நாளிலிருந்த சுப்பராயபிள்ளை முத்துச்சாமிப்பிள்ளைக்குச் சகோதரிபுத்திரன். முத்துச்சாமி புத்திரன் ஆறுமுகசாமி 1815 ல் கண்டியரசன் சிறையாகி வேலூருக்குச் செல்லும்போது கொழும்பில் அவனுக்குவேண்டுமுதவிபுரிந்தான். அவன்மகன் குமாரசாமிமுதலி.

அதுநிற்க, 1800 ம் ஆண்டு கோமாரியால் வடமாகாணத்திலுள்ள மாடுகளெல்லாம் பரிநாசப்பட்டன. அதனால் குடிகளடைந்த நஷ்டம் மிகப்பெரிது. உழவுக்கு மாடில்லாமையால் பயிர்ச்செய்கையும் அவ்வருஷம் குன்றியது. அவ்வருஷத்திலேயே நாட்டுக்கோட்டைச் செட்டிகள் யாழ்ப்பாணத்திலே முதன்முதலாக நெல்லுவாணிகஞ் செய்யத் தொடங்கினர். அவர்கள் நாகபட்டினம் முத்துப்பேட்டை முதலியவிடங்களிலிருந்து தோணிகளிலும, வன்னிநாட்டிலிருந்து பொதிமாடுகளிலும் நெல்லுககொண்டுவந்து பண்டசாலைகளில் வைத்து விற்றுவந்தார்கள்.

நாட்டுக்கோட்டைச் செட்டிகள்வரவு.

அவ்வருஷம் முத்துக்குளிப்பும் வந்தது. அதற்கு அச்சமுத்திரத்திலுள்ள சுறுக்கள் குளிகாரரைத் தாக்காமல் அவைகளை வாய்கட்டும் பொருட்டு வழக்கம்போல மந்திரவாதிகளை அரசினர் அழைத்தார்கள். அம்மந்திரவாதிகளுள்ளே சிலர் கத்தோலிக்க மதத்தினராயிருந்தமையால் அவர்களைக் கத்தோலிக்க குருமார் அம்மந்திரத்தொழில் செய்யாது தடுத்தனர். அதனை அரசினர் அறிந்து குருமாரைக் கண்டித்து மந்திரவாதிகளைத் தமது தொழிலை வழக்கம்போலச் செய்துவருமாறு கட்டளையிட்டனர். இச்சுறுவாய்கட்டுமந்திரத்திலே யாழ்ப்பாணத்து முக்கியரும் மயிலிட்டிக் கரையாருஞ் சிறந்தவர்கள். அக்காலத்தில் முத்துக்குளிக்குச் செல்லும் இம்மந்திரவாதிகள் ஒவ்வொருவருக்கும் சம்பளம் ஏழரைப்பறை நெல்லு.

சுறுவாய் கட்டிகள்

அதுநிற்க, அவ்வருஷத்தில் முத்துக்குளியால் அரசினர்க்கு இரண்டிலக்ஷ ரூபா கிடைத்தது. அக்குளிப்பில் சிப்பிவாங்கிய முத்துச்சாமிப்பிள்ளையும் மகனும் பெருந்தொகைப் பொருள்படைத்தார்கள்.

1805 ம் வருஷம் (Sir Thomas Maitland) மெயிற்லண்ட் என்பவர் தேசாதிபதியாகவும், லஷிங்டன் என்பவர் சுப்பிறீங்கோட்டுத் தலைமைநீதிபதியாகவும், றட்னி என்பவர் கலோனியல் செக்கிறிற்றேறி (லிகிதர்) ஆகவும் நியமனம் பெற்றுவந்தனர். இத்தேசாதிபதிகாலத்தில் யாதோர் யுத்தமுமின்றி இலங்கைமுழுதும் அரசியல் சீராக நடப்பதாயிற்று. 1806 ம் வருஷம் ஆடிமாசத்தில் யாழ்ப்பாணத்தில் ஊர்கள்தோறும் *விதானைமார்கள் நியமிக்கப்பட்டார்கள். அக்காலத்தில் அரசினர் பெரும்பாலும் குலத்தாலும் குணத்தாலும் செல்வாக்காலும் சம்பத்தாலும் சிறந்தவர்களையே விதானைமாராக நியமித்தார்கள். அவர்கள் கலகம் சண்டை களவு அதிக்கிர

விதானைமார்.

* விதானன் விதானை என மருவிற்று.

மமுதலிய முறைகேடுகள் சம்பவியாவண்ணம் ஊ ரைச் செவ்வே பாதுகாத்துவந்தார்கள். இத்தேசாதிபதியால் பறங்கிக்காரர் காலமுதல் வாங்கப்பட்டுவந்த நகைவரி 1806 ம் வருஷம் அக்கிரமமான வரி

நகைவரி நீக்கம். யென்று நீக்கப்பட்டது. அதுகண்டு யாழ்ப்பாண முழுதும் தேசாதிபதியையும் ஆங்கிலவரசியலையும் புகழ்ந்து கொண்டாடிற்று. இந்நகைவரிக் குத்தகையை நடாத்திவந்தவர் பெரிய தாமோதரம்பிள்ளை யென வண்ணார்பண்ணையில் அந்நாளில் விளங்கியவர்.

இத்தேசாதிபதிகாலத்தில், முன்னே வாய்த்தபடி வாங்கப்பட்டவரிகளைச் சட்டப்படி கூடாமலும் குறையாமலும் வாங்கும்படி கட்டளை செய்யப்பட்டது. நெல்லுப் பத்திலொருபகுதி கொள்ளப்பட்டது. பறையொன்று இரண்டுபணமாக விற்று

உப்புவரி வந்த உப்புப் பன்னிரண்டுபணமாக்கப்பட்டது. கள்ளுவரியுஞ் சாராயவரியும் குத்தகையாக விற்கப்பட்டது. அக்காலத்தில் இவைகளால் அரசுக்குவந்த இறை மிகவும் அற்பமே.

பறங்கிக்காரராலும் ஒல்லாந்தராலும் தாழ்வெய்திய சாதிசமயநிலைகள் ஒல்லாந்தவரசின் கடைக்கூற்றிலே ஒருவாறுதலையெடுப்பனவாயின. ஆயினும் வெளிப்படையாய் நிலவத்தொடங்கியது ஆங்கில வரசுவந்த நாள்முதற்றொட்டேயாம். குடிகளும் தத்தம் வருணாசாரத்தையும் சமயாசாரத்தையும் சுயேச்சையாகக் கைக்கொண்டொழுகுஞ் சுவாதீனம் ஆங்கிலவரசாற் கொடுக்கப்பட்டது. முன்னர்க்கோயில் போலாது கொட்டில்போல் இலைமறைவிற் கிடந்த கோயில்களெல்லாம் வெளிப்படத்தொடங்கின. ஆராதனைகள் வாத்தியகோஷங்களோடு நடக்கத்தொடங்கின. இடித்த கோயில்களை மீளக் கட்டிக்கொள்ளும்படி ஆங்கிலவரசு வந்தவுடன் அநுமதிகொடுக்கப்பட்டது. நிலமுங் கொடுக்கப்பட்ட

து. சைவாலயங்களுக்கு *அர்ச்சகர்களும் அரசினரால் நியமனம் பெற்றார்கள். அவர்களுக்குரிய மரியாதைகளும் வரிசைகளும் ஆணைப்பத்திரமூலமாகத் தேசாதிபதி கைச்சாத்தோடு வழங்கப்பட்டன. இங்ஙனம் அந்நாளில் தேசாதிபதி கைச்சாத்தோடு நியமன நிருபம் பெற்றாருள்ளே முதல்வர் நல்லூர்க் கந்தசுவாமிகோயில் அர்ச்சகர் சிகிவாகனஐயர் புத்திரராகிய வாலசுப்பிரமணியஐயர். இவருக்கு நியமனபத்திரம் 1807 ம் ஸ்ரீ ஜனவரிமீ 5உ தேசாதிபதி தோமாஸ் மேற்லண்ட் (கவணர்) அவர்களாற் கொடுக்கப்பட்டது. அப்பத்திரம் இன்றும் அவர் சந்ததியாரிடமுளது. வித்துவான் அப்புக்குட்டி ஐயரெனப்படுபவர் இவ்வையரே. தற்காலம் பிரசித்தியுற்று விளங்கும் உபயவேதாகம பண்டிதர் கனகசபாபதிஐயர் இவர் தௌகித்திரர்.

இதுகாறும் கிராமாதிகாரிகள் எண்ணப்படி நடாத்தப்பட்டு வந்த குடிகள், ஆங்கிலவரசர் வரிகளை வாங்குங் கிரமத்தாலும் நீதியாலும அன்பினாலும் வசீகரிக்கப்பட்டவர்களாய் இவ்வரசே தருமராச்சியமென்று சொல்லத்தொடங்கினார்கள்.

1812 ல் பிரவுன்றிக்குப்பிரபு தேசாதிபதியானார். கண்டியரசனது மந்திரிமார்செய்த வஞ்சனையால் ஆங்கிலேயருக்கும கண்டியரசனுக்கும் கொடியயுத்தம் மூண்டது. ஆங்கிலேயர்சேனை அநேகரை மாளக்கொடுத்தும் அஞ்சாதும் தளராதும் யுத்தஞ்செய்து கண்டியரசனை 1815 ம் வருஷம் பிப்ரவரிமாசம் 18 ந் தேதி சிறைசெய்து கண்டிநாட்டைக்கைக்கொண்டது. அவ்வளவில் இரண்டாயிரத்தைஞ்ஞூறு வருஷம்வரையில் அடியடியாக வந்த சிங்களவரசுபோய் ஆங்கிலவரசு நிலைகொள்ளத் தொடங்கியது. இதனோடு இலங்கை முழுதும் ஆங்கில

வரசுக்கடங்கியொழுகத் தலைப்பட்டது. ஆங்கிலேயர் யாழ்ப்பாணத்திலும் கச்சேரி இராணுவசாலை நீதிசாலை முதலியவிடங்கள் கட்டினார்கள். வடமாகாண அதிகாரியாகக் கூப்பர் துரைவந்தார். அவர்
Mr. Hooper ஊரிலேயுள்ள பிரபுக்கள் தங்கள் அடிமையாட்களை வருத்தி இராப்பகல் வேலைகொள்வதைத் தடுத்துக் கிரமமாக நடாத்தும்படி செய்தனர்.

1824ம் வருஷம் பாண்ஸ்பிரபு தேசாதிபதியானார். அவர்காலத்தில் ஊர்கள்தோறும் போக்குவரவுக்குரிய மார்க்கங்களைத் திருத்தினர். ஊர்களிலே கள்வரால் வருந்துன்பங்களைக் குறைத்தனர். ஊரிலே தலைமைக்காரர் குடிகளை வருத்தாமல் வரிகளை வாங்கும்படி விதித்தனர். இவர் புத்தூரிலே நவ
நவக்கீரி. க்கிரி என்னுமிடத்திலுள்ள நிலாவரையென்னும் வற்றாத வாவியை நீர்ப்பாய்ச்சலுக்கு உபயோமாம்படி அமைக்குமாறு ஒரு பெரிய நீராவியந்திரத்தை வரவழைத்து பாண்ஸ்துரையைக்கொண்டு பரீக்ஷிப்பித்தனர். அவ்வியந்திரத்தால் எட்டுநாள்வரையும் இறைத்தும் அந்நீர்நிலை சிறிதும் குறையவில்லை. முடிவில் அந்நீர்நிலையின் கீழே கந்தக நீரிருத்தலால் அது பயிர்களுக்கு உதவாதநீரெனத் தள்ளினர். இந்நீர்நிலையினது ஆழம் 144 அடி. அகலம் முப்பதடி. இது இடியேறுவிழுந்துண்டானதென்று பால்டியஸ் (Baldeus) கூறுவதாக (Sir E. Tennent) டெனண்டு பண்டிதர் கூறுகின்றார். ஸ்ரீராமர் தமது சேனைக்கு நீரூட்டும்பொருட்டுத் தமது வச்சிராஸ்திரம் விடுத்து இந்நீர்நிலையை யுண்டாக்கினரென்பது கர்ணபரம்பரை இடியேற்றை ஒருவாறெடுத்து ஆயுதங்களிலமைத்துக் கொள்ளும் வன்மை நம்பூர்வ ஆரியர்க்குண்டென்பது பழைய சரித்திரங்களாலே துணியப்படும். அதுவே வச்சிராயுதமெனப்படுவதாம். பால்டியஸ்பாதிரியார் இடியேற்றாலுண்டாயது என்று கூறியது இக்கர்ணபரம்பரையைக் கொண்டுபோலும். அதுநிற்க,

1818—19 ல் இலங்கையில் முதன்முதல் பேதி நோய் தோன்றிப் பரவி இலங்கைமுழுதையுங் கலக்கியது. அப்போது மாரியம்மன் கோயில்கள்தோறும் பெரும்விழாவும் பூசைகளும் சிறப்புறநடந்தன. **பேதி நோய்.**

1823 ல் வட்டுக்கோட்டைச் செமினேரி என்னும் ஆங்கில கலாசாலை அமெரிக்கன் மிஷன் என்னும் சங்கத்தாரால் ரூபிக்கப்பட்டது. 1816 ல் அமெரிக்கன் பாதிரிமார் யாழ்ப்பாணம் வந்தனர். இவர்கள் தமது கிறிஸ்தசமயத்தைப் பரப்புதற்குப் பலவாறு முயன்றும் தக்கவாறு பயன்படாமையால் கலாசாலையே தக்க உபாயமாமெனத் துணிந்து இக்கலாசாலையைத் தாபித்தார்கள். அங்கே அநேகர் சென்று வேதனமின்றிக் கல்விகற்றுப் பெரும்பண்டிதராயினர். அதனோடு கிறிஸ்தவருமாயினர். அவர்கள் இராசாங்க உத்தியோகம்பெற்றும் விளங்குவாராயினர். அவருட் சிலர் கிறிஸ்தமதத்தை விடுத்து மீண்டுஞ் சைவசமயத்தைத் தழுவினர். ஒருசிலர் அங்கே கல்விகற்றுப் பண்டிதராகும்வரையும் நாட்போக்கிக் கிறிஸ்தசமயத்திற் பிரவேசியாது திரும்பினர். **1824** ல் அவ்வமெரிக்கன் பாதிரிமாராலே உடுவிற் பெண்பாடசாலையும் தாபிக்கப்பட்டது. அங்கும் அநேக பெண்கள்போய் அன்னவஸ்திரம்பெற்றுக் கல்விகற்பராயினர். **வட்டுக் கோட்டைச் செமினேரி.** **பெண் பாடசாலை.**

செமினேரியிலே இங்கிலீஷோடு தமிழ்நூல்களையுங் கிரமமாகக் கற்பித்து வந்தார்கள். அங்கே ஆங்கில வானசாஸ்திரத்தோடு தமிழ்ச் சோதிடநூல்களும் கற்பித்துவந்தார்கள். பஞ்சாங்ககணனத்துக்கு அராலி விசுவநாதசாஸ்திரியாரும் இச்செமினேரியாருக்கு உதவியாயிருந்து அவர்மூலமாக ஆங்கில ராசாங்க சோதிடரென்னும் பட்டமும் பெற்றார். **விசுவநாதசாஸ்திரி.**

1829 ல் டைக்துரை (P. A. Dyke) கவண்மேந்து ஏசண்டாக வந்தனர். அவர் வந்தது முதல் **டைக் துரை.**

யாழ்ப்பாணம் பலவகையாலுந் திருந்துவதாயிற்று. எந்தக்கிராமத்துக்கும் எளிதிலே போய்வரத்தக்கமார்க்கங்களைத் திறந்து கற்படுத்து அலங்காரவீதிகளாக்கினர். அம்மார்க்கங்களின் இருமருங்கும் நிழல்தரும் விருஷங்களை நாட்டினர். மார்க்கங்களுக்கருகே கள்வர் பதுங்கியிருத்தற்கிடமாயிருந்த தூறுகளையெல்லாம் வெட்டினர். வழிச்செல்வோர் தங்குதற்கு வசதியான சாவடிகளும் நீருண்ணக் கிணறுகளும் வேண்டியவிடங்களில் அமைத்தனர். வெள்ளந் தங்கிக் கிராமங்களை அழிவுசெய்யாவகை பாய்கால்களையும் மதகுகளையும் வகுத்தனர். யாழ்ப்பாணத்துக் கச்சேரித் தோட்டத்தைச் சிங்காரவனமாக்கினர். அகதிகளுக்கும் வறிஞர்களுக்கும் ஆபத்பாந்தவசங்கமும் தருமவைத்தியசாலையுந் தாபித்தனர். ஆபத்பாந்தவசங்கம் இன்றும் நடைபெறுகின்றது. இச்சங்கத்தில் எத்தனையோ அகதிகள் மாசந்தோறும் சீவனாமிசம் பெறுகின்றார்கள். தருமவைத்தியசாலை இப்போது அரசினர் வைத்தியசாலையாய் நடக்கின்றது.

அவர் மீன்வரி சாயவேர்வரிகளை நீக்குவித்தனர். மசூரிகாரோகம் பேதிநோய்கொள்பவர்க்குப் பிரத்தியேகமான வைத்தியசாலைகளைத் தாபித்தனர். ஊரிலுள்ள குறைமுறைகளையும் அதிக்கிரமங்களையும் தாமே எவருமறியாமற் சென்று ஆராய்வர். வித்தியாசாலைகளை ஊர்தோறுந் தாபித்து நடாத்துவோருக்கு வேண்டுந் துணையெல்லாஞ் செய்வர். கச்சேரிக்குச் சமீபமாகவும் ஒரு வித்தியாசாலை இவர் திரவியசகாயங்கொண்டு நடந்துவந்தது. சுதேசிகள் வியாபாரத்தாலும் உத்தியோகத்தாலு முயரவேண்டுமென்பது இவர்விருப்பு. பறங்கிக்காரர் ஒல்லாந்தர்களது பரம்பரையிலுள்ளவர்களே இராசாங்கவுத்தியோகமெல்லாம் பெற்றுவந்தனர். இவர்காலத்தில் சுதேசிகளாகிய தமிழரே அவ்வுத்தியோகங்க

தமிழர் உத்தியோகம் பேறல்.

ளைப் பெறுவாராயினர். பெயர்படைத்த சவிரிமுத்து முதலியார், தெல்லிப்பழைக் கனகரத்தினமுதலியார் என்போர் இவரிடத்திருந்து உத்தியோகத்தில் விளங்கினர். இவர்காலத்திலே வட்டுக்கோட்டைச் செமினேரியிற் கற்று வல்லவராகிச் சென்னையில் முதலில் (B. A.) பட்டம்பெற்று அங்கே சிறந்தவுத்தியோகத்திலமர்ந்து விளங்கினோர் விசுவநாதபிள்ளை தாமோதரம்பிள்ளையென்பவர்கள். செமினேரி மாணுக்கருள்ளே உள்ளூரில் விளங்கினவர் எமதாசிரியராகிய (Mr. Nevins) சிதம்பரப்பிள்ளையும், ஊர்காவற்றுறை நீதிபதி கதிர்வேற்பிள்ளையும், (Mr. Arnold) சதாசிவம்பிள்ளையும் மார்ட்டின் மேர்வின் முதலியோருமாவர். ஆங்கிலந் தமிழ் வடமொழிப் பயிற்சிமூன்றுனுஞ்சிறந்த ஆன்றனூற்புலவர்களாகிய இவர்கள் பெருமையை அறியாதார்யார்! அதுநிற்க,

டைக்துரைவந்த காலமுதல் ஊர்த்திருத்தத்திற்கும் குடிகளுடைய க்ஷேமத்துக்கும் வேண்டியவைகளையெல்லாம் ஆராய்ந்து செய்துகொண்டே வருவாராயினர். அப்படிவருங்காலத்திலே யாழ்ப்பாணத்துப் புகையிலைக்கு மலையாளத்திலே பிரியமுண்டாயிற்று. மலையாளத்துக்கும் யாழ்ப்பாணத்துக்கும் புகையிலைத் தொடர்பு தமிழரசர் காலத்திலுண்டானது. அது பறங்கிக்காரர் ஒல்லாந்தர்களால் சிறிதுசிறிதாக விருத்தியுற்று ஆங்கிலேயர் காலத்திலே பெருவிருத்திபெற்றது. மலையாளத்துக்கு வேண்டும் புகையிலை முழுதும் கொடுப்பதாக அத்தேசத்து இராசாவோடு பொருத்தச்சாதனம் பண்ணிக்கொண்டு யாழ்ப்பாணத்திலிருந்து பெருந்தொகையாக அனுப்பிப் பெருநிதிபடைத்தோர் ஆறுமுகச்செட்டியாரும் அவர்புத்திரர் முத்துவேலுச்செட்டியாருமே. அக்காலத்தில் அவர்களோடு சேர்ந்தும் பின்னர்த் தனித்தும் இவ்வியாபாரத்தைப் பெரிதாக நடாத்திப் பெயர்படைத்தவர் கொக்கு

புகையிலைவியாபாரம்.

புகையிலைவியாபாரிகள்.

வில் அருணாசலம். காலியில் புகையிலை வியாபாரத்தைப் பருப்பித்தவர் திருநெல்வேலி அம்பலவாணர் புத்திரர் கார்த்திகேசர்.

டைக்துரை காலத்திலேயே நெடுங்காலமாக ஊர்கடோறும் மறைந்துகிடந்த சைவாலயங்கள் பிரகாசிப்பனவாயின. எங்கெங்கே ஆலயங்களோ அங்கங்கெல்லாம் (றோட்டு) தெருக்களை வகுத்துக்கொண்டுபோய் விடுத்து அவைகளை விளக்கமாக்கினர். அமெரிக்கன்மிஷன் வெஸ்லியன்மிஷன் சேர்ச்சுமிஷன் என்னும் மூன்று கிறிஸ்த சங்கத்தாரும் இவர் காலத்திலேயே வித்தியாசாலைகளைத் தாபித்தும் கோயில்களைக் கட்டியும் ஊர்கடோறும் போதகர்களையனுப்பியுந் துண்டுப்புத்தகங்கள் கொடுத்தும் தம்து கிறிஸ்தமதத்தைப் பரப்புவாராயினர். அவர்களுடைய வித்தியாசாலையில் உபாத்தியாயர்களாக விரும்புபவர் கிறிஸ்தவராதல்வேண்டுமென்றும் அவர்களுக்கு விசேஷ சம்பளங்கொடுக்கப்படுமென்றும் விஞ்ஞாபனஞ்செய்து அநேகரைக் கிறிஸ்தவர்களாக்கினர். சுகமாகவுலாவிச் சனங்களோடு ஸல்லாபித்துவிட்டு மாசமுடிவிற் சம்பளம்பெறும போதகவேலையை விரும்பித் தமது பயிர்த்தொழிலை வீசிவிட்டுக் கிறிஸ்தவராயினாரும் பலர். பாதிரிமார் சிவதூஷணங்களைவரைந்து துணடுகளும் துண்டுப்புத்தகங்களும் பல்லாயிரக்கணக்காக அச்சிட்டு எங்கும் பரப்புவாராயினர். இவ்வாறு பாதிரிமார் செய்துவரும் முயற்சியைக்கண்ட ஸ்ரீலஸ்ரீ. ஆறுமுகநாவலர் மனம் பதைத்துத் தாமும் துண்டுகளும் புத்தகங்களுமச்சிட்டுச் சைவசமயத்தின் மகத்துவத்தை நாட்டுவாராயினர். சைவபாடசாலைகள் தாபித்துச், சைவபாலபாடங்களும், சைவவினாவிடைகளும், நிகண்டு இலக்கணம் பாரதம் கந்தபுராணம் திருக்குறள் முதலியவைகளும் அச்சிட்டு, சைவத்தையும் தமிழ்க்கல்வியையும் வளர்க்குநோக்கமாகப் பரப்பினர். அத

கிறிஸ்தசங்கத்தார் முயற்சி.

ஆறுமுக நாவலர்.

னால் தமிழ்க்கல்வியிலும் சைவசமயத்திலும் அபிமானம் யாழ்ப்பாணமெங்குமுண்டாவதாயிற்று. ஆறுமுகநாவலரவர்களும் அதுகண்டு, தமது பொருளையுங் காலத்தையும் கருத்தையும் சைவசமயவிருத்திக்கும் தமிழ்வளர்ச்சிக்குமாகவே சமர்ப்பித்து, நைஷ்டிகப் பிரமசரியத்தையே பெருவாழ்வாகக் கொண்டனர். அக்காலத்தில் அவர் கருத்திற்கொண்டு முடிக்கமுயன்ற பரோபகாரகருமங்களுள்ளே அவர்காலத்துக்குப் பின்னர்ப் பலித்தோங்கியது இந்துக்கல்லூரி. மற்றொன்று கீரிமலைச் சிவன்கோயில் அவர்செய்த முயற்சியைக் கண்டு யாழ்ப்பாணத்திலே இடங்கள்தோறும் சைவத் தமிழ்வித்தியாசாலைகளும் சைவ ஆங்கிலவித்தியாசாலைகளும் ஆங்காங்குமுள்ள பிரபுக்களால் தாபனமாகி நடைபெறுகின்றன. சுழிபுரம் விக்டோரியாக் கல்லூரி அவ்வூர்க் கனகரத்தினமுதலியாருடைய முயற்சியேயாயினும் அம்முயற்சிக்குங் காரணமாய்நின்றது ஆறுமுகநாவலரது சித்தசுத்தியும் சிவபக்தியுங் கூடிய இருதயகமலத்தெழுந்த நன்முயற்சியேயாம். அவர் கருதியபடி நிறைவேறாதது நல்லைக் கந்தசாமிகோயிற் கருங்கற்றிருப்பணியொன்றுமே. முற்கூறிய முச்சங்கத்துப் பாதிரிமார்செய்த பிரசண்ட முயற்சிக்கு நாவலர் செய்த முயற்சி சிறிதேயாயினும் நன்மனத்தோடுஞ் சிவபத்தியோடுஞ் செய்த முயற்சியாதலின் அஃது எதிர்நின்று பொருது அப்பிரசண்டமுயற்சியின்பலனை அற்பமாக்கிவிட்டது. அவர் பிறவாதிருந்தால் யாழ்ப்பாணத்திலே தமிழும் சைவமும் பாதிரிமார் முயற்சியால் பரிகாசப்பட்டிருக்கும். அவராலெழுந்த சைவாபிமானம் பணைத்து இப்போது ஆயிரம் பாரையினையுடைய பெருவிருக்ஷமாய்விட்டது. அதுநிற்க,

1848 ம் ஹூ தலைவரிச்சட்டம் விதிக்கப்பட்டது. 18 வயசுக்கும் 60 க்கும் இடைப்பட்ட வயசு தலைவரிப்பணம்

டையோர் வருஷந்தோறும் "றேட்டு" வேலைக்காகப் பதின்மூன்று பணமும் நான்கு வெள்ளைச்சல்லியும் செலுத்துதல்வேண்டும். அஃதியலாதோர் றேட்டில் 6 நாள் வேலைசெய்தல் வேண்டும். இச்சட்டம் வந்தவுடன் யாழ்ப்பாணத்துச் சனங்கள் அவ்வரியைக் கஷ்டப்பட்டுச் செலுத்தினர். சிங்களர் தாம் செலுத்துவதில்லையென்று திரண்டு கண்டி குருநிகலை முதலியவிடங்களிற் பெருங்கலகம் விளைத்தனர். விளைத்தோர் ஆங்கில படைவீரரைக்கண்டு ஓடியடங்கினர்.

சட்டநிரூபணசபை. 1833 ம் ஆண்டு சட்டநிரூபணசபை (பிரமாணவிதிசபை) சட்டநிறைவேற்றச்சபை (பிரமாணநிதிசபை) இரண்டுந் தாபனமாயின. சட்டநிரூபணசபை, உத்தியோக அங்கத்தவரும், பிரபு அங்கத்தவராகிய சனப்பிரதிநிதிகளும் கூடியசபை. இச்சபைக்கு முதன்முதலிலே 1835 ம் வருஷம் தமிழர் பிரதிநிதியானவர் கௌரவ பொன்னம்பலமுதலியார். இவருக்குப்பின் 1846 முதல் 1861 ம் வருஷம் வரையும் தமிழர் பிரதிநிதியாயிருந்தவர் கௌரவ எதிர்மன்னசிங்கமுதலியார். இருவரும் மானிப்பாயைப் பிறந்தவூராகவுடையவர். அவருக்குப் பின்னர் 1862 ல் கௌரவ Sir குமாரசுவாமி தமிழர் பிரதிநிதியானார். அவருக்குப்பின் 1879 ல் இப்போது இலங்கைவாசிகள் தெரிவுப்பிரதிநிதியாக 1912 ல் சட்டநிரூபணசபையிற் பிரவேசம் பெற்று விளங்கும் கௌரவ பொ. இராமநாதன் தமிழர் பிரதிநிதியாகி 1892 வரையிலிருந்தனர். அதன்பின்னர்க் கௌரவ டக்டர் றக்குவிட் என்பவரும் பிரதிநிதியாயினர். இவர்களும் மானிப்பாயைச் சார்ந்தவர்களே. அவருக்குப்பின் கௌரவ அ. கனகசபை பிரதிநிதியாயிருக்கின்றார். இவர் பன்னாலையைத் தமதூராகவுடையவர். இவரெல்லாம் யாழ்ப்பாணமாதீன்ற புத்திரரத்தினங்கள். அதுநிற்க,

1845 ம் வருஷம் பேதிநோய் யாழ்ப்பாணத்திற் பிரவேசித்துப் பல்லாயிரஞ் சனங்களைக் கொள்ளையிட்டது. 1855 ல் மீண்டும் அந்நோய் புகுந்து யாழ்ப்பாணத்துச் சனங்களைப் பாதித்தொகையுண்டெனப் பட்சித்தது. அவ்வருடத்துப் பேதிபோல் உக்கிரநோய் முன்னொருகாலத்துந் தோன்றியதில்லையென்பர்.

இந்நோய் ஊரை வாட்டியபோது, டைக்துரை வறிய சனங்களுக்கு மருந்து உணவு வஸ்திரங்களோடு பணமுங்கொடுத்து உதவிபுரிந்தும், ஊர்கள் தோறுஞ் சென்று அவ்வவ்வூர்நிலைமை விசாரித்தும் வருவார். அவர் யாழ்ப்பாணத்தின்மீது கொண்ட பெரும்பற்றுக்காரணமாகத் தமக்குக் கிடைக்கக்கூடியதாய்வந்த ராசலிகிதபதத்தையும் வேண்டாமெனத் தள்ளினரென்றால் அவருடைய பரோபகாரவியல்பைக் கூறவும் வேண்டுமோ. தாம் இறப்பதும் யாழ்ப்பாணத்திலேயேயென்று தீர்மானித்துக்கொண்டிருந்தனர். அப்படியே அவர் 1867 ம் ௵ அக்டோபர்மீ 7௳ தமது கோப்பாய்ச் சுகக்கிருகத்தில் இறந்தனர். அவர் இறந்த செய்தி கேட்டு யாழ்ப்பாணத்திலே கண்ணீர்விடாதவர் யார்! அவர் இறந்து நெடுங்காலமாகியும் அவர் பெயரைக் கேட்டவாய்க்கேட்டு இக்காலத்துச் சிறுவரும் பாராட்டுவரென்றால் அவர் படைத்த கீர்த்தி யாழ்ப்பாணமுள்ளவரையும் மங்காதன்றோ. அவர் நோய்கொண்டபொழுது அந்நோய்க்கு வைத்தியஞ்செய்தவர் யாழ்ப்பாணத்தில் ஆங்கிலவைத்தியத்தைத் தமிழிற் கற்பித்தும் மொழிபெயர்த்தும் பரவச்செய்து வைத்தியசித்தியிலும் இனியகுணத்திலும் பெரும்பெயர் படைத்த டக்டர் கிறீன் பாதிரியார். அவர் மானிப்பாயிலே அமெரிக்கன்மிஷன் வைத்தியசாலைக்கு அதிபராக நெடுங்காலமிருந்தவோருத்தமர்.

டைக் துரைஇறந்தது.

கிறீன் வைத்தியர்.

துவைவனந்துரை.

டைக்துரைக்குப்பின்னர் ரசல்துரைவந்து இரண்டு வருடத்திலே கண்டிக்குச் செல்ல, துவைனந்துரை 1869 ம் ஆு செப்டெம்பர்மீ கவண்மேந்து ஏசண்டாக வந்தனர். இவரும் டைக்துரையுடைய வழிவழியே அதிகாரஞ்செய்துவந்தனர். அவரும் அநேக ரேட்டுக்களும் சந்தைக்கட்டடங்களும் அமைத்தனர். இலங்கையையும் இந்தியாவையும் இராமர் பெருங்கடலடைத்துப் பெருஞ் சேதுபந்தனமிட்டிணைத்ததுபோலக் காரைதீவையும் யாழ்ப்பாணத்தையும் இவரும் சிறுகடல் தூர்த்துச் சிறிய சேதுபந்தனமிட்டிணைத்தனர். இந்நன்மைக்கு யாழ்ப்பாணத்தார் துவைனந்துரையை எந்நாளும் போற்றுங் கடப்பாடுடையர். நெடுங்காலம் இச்சிறுபரவைக்கடலைக் காலாற்றுண்டிவந்த சனங்கள் துவைனந்துரை செய்த நன்மையால் இப்போது இரவிலும் பகலிலும் இராசவீதியிற் செல்வார்போற் செல்லுகின்றனர். இச்சிறியசேது ஏறக்குறைய ஒன்றரைமைல் நீளமுடையது. மாட்டுவண்டிகள் குதிரைவண்டிகள் "மோட்டக்கார்" ரதங்கள் அடிக்கடி இதன்மேற் சென்று மீளுகின்றன. புதியவர் புகுந்தால் மீளுதற்கரிதாய்ச் சந்துப்பின்னலாய்க் குடிநெருங்கிக் கிடந்த சோனகதெருவை இவர் சதுரங்கமனைபோலக் குறுக்குநெடுக்குமாக அநேக தெருவீதிகளை வகுத்து விளக்கமாக்கினர். புலான்மணநீங்காது நாறிப் புழுத்தொழுகும் பாழ்ங்குடிசைகள் நிறைந்து கொள்ளைநோயைக் கூவியழைக்கு மியல்புடையதாயிருந்த கரையூரையும் குறுக்குமறுக்குமாக அநேக தெருக்களைத் திறந்து திருத்தினர். கண்டிமார்க்கத்தைக் கற்படுத்தி ஆனையிறவுப்பாலத்தை முடித்து மாத்தளைக்கும் யாழ்ப்பாணத்துக்கும் தபால்வண்டிப்போக்குவரவையுண்டாக்கினர். யாழ்ப்பாணத்திலே அநேக ஊர்களிலே தபாற்சாலைகளைத் திறந்தனர்.

இதற்கிடையில் யாழ்ப்பாணவாசிகள் அநேகர் ஆங்கிலக்கல்வியிலும் சட்டநூலுணர்ச்சியிலும் வல்

னராய் நியாயதுரந்தர பரீக்ஷையிற் சித்திபெற்று ஒழுக்கத்தாலுஞ் சிறந்து விளங்கினர். அவருள்ளே முதலில் விளங்கினவர் முத்துக்கிருஷ்ணர். முத்துக்கிருஷ்ணர்.

சுதேசிகளுட் கல்வியொழுக்கங்களாற் சிறந்தவர்க்கு உயர்ந்த இராசரீகபதங்களும் கொடுக்கப்படுமென்று நமது மகா காருண்ணிய மகிமாவதி விக்டோரியா அரசியார் செய்த விஞ்ஞாபனப்படி கோப்பாய் அம்பலவாணத்துரையும், உடுப்பிட்டி கதிர்வேற்பிள்ளைத்துரையும் நீதிபதிகளாக்கப்பட்டனர். சுதேசநீதிபதிகள்.

துவைனந்துரை காலத்தில் யாழ்ப்பாணத்துக்குப் புகைரதப்பாதை அமைத்துத் தரும்படி யாழ்ப்பாணவாசிகள், விட்டன்சுவாமியார், அப்புக்காத்து நாகலிங்கம், நீதிபதிதம்பு, கிறவுண் பிறக்டர் காசிப்பிள்ளை முதலியோர்கூடிய ஒருசபை மூலமாக அரசினரைக் கேட்டார்கள். யாழ்ப்பாணம் வியாபாரவிருத்தியிற் குன்றிவிடுமென்றஞ்சித் துவைனந்துரை அதற்கு மாறாயிருந்தனர். அரசினரும் அஃதவசியமன்றென மறுத்தனர். மேற்கூறிய இருப்புப்பாதைச் சபையாரோ விடாது விண்ணப்பஞ்செய்துகொண்டிருந்தனர். இருப்புப்பாதைவிண்ணப்பம்.

1896 ல் துவைனந்துரைக்கு "நைட்" பட்டஞ் சூட்டப்பட்டது. அதன்பின்னர் இவர் தமதுத்தியோகத்தினின்றும் இளைப்பாறி யாழ்ப்பாணத்திலேயே குடிகொண்டு தமது காலத்தைப் போக்கிவருகின்றனர். இவர் மற்றைய ஆங்கிலேயரைப்போலப் பொருளீட்டிக்கொண்டு தமது தேசஞ் செல்லாது தாமீட்டிய பொருளையெல்லாம் யாழ்ப்பாணத்துக்குப்பயன்படும்படிசெலவிட்டுவருகின்றனர். இவரும் டைக்துரையைப் போல யாழ்ப்பாணத்தாரிடத்து மிக்க அபிமானமுடையவர்.

இவருக்குப்பின்னர் பிஷர் துரை கவண்மேந்து ஏசண்டாயினர். அவர்காலத்திலே தேசாதிபதி றி பிஷர் துரை.

ச்சுவே பிரபுவினது காருண்ணிய செவியில் யாழ்ப்பாணப் புகைரதப்பாதை விண்ணப்பம் ஏறுவதாயிற்று. அவர் தேசாதிபதியாய் வராதிருந்தால் யாழ்ப்பாணம் புகைரதப் பாதையைக் காண்பதரிது. அவர் சீமையில் இலங்கை மந்திரியோடு யாழ்ப்பாணப் புகைரதப்பாதை விஷயமாகப் பெரும்வாதப்போராடி அவர் அநுமதிபெற்றனர். அதன்மேல் யாழ்ப்பாணப் புகைரதப்பாதை தொடங்கப்பட்டு 1902 ல் உள்ளூர்ப் புகைரதப்பாதையும்; 1905 ம் வருஷாரம்பத்தில் கொழும்புப் புகைரதப்பாதையும் திறக்கப்பட்டன. இந்தப் புகைரதப்பாதையைத் தமக்காக்கிக்கொடுத்த நன்றிக்கு றிச்சுவே தேசாதிபதியின் பேரால் யாழ்ப்பாணத்தார் ஒரு மகாமண்டபம் நகரமத்தியில் அமைத்திருக்கின்றார்கள். முன்னாளில் கரைமார்க்கமாக ஒரு மாசத்திற் சென்றடையுங் கொழும்பு இப்போது ஒருபகலில் அடையப்படுகின்றது.

புகைரதப்பாதை திறபட்டது.

பின்பு ஐவேர்ஸ்துரையும் அவருக்குப்பதிலாக பிஷர்துரையும் பின்பு ஐவேர்ஸ்துரையும் அவருக்குப்பின் லூயிஸ்துரையும் அவருக்குப்பின் பிறைஸ்துரையும் ஏசண்டாயினர். அவருக்குப்பின் கவண்மேந்து ஏசண்டாய் வந்திருந்தவர் தருமதுரை என்று யாழ்ப்பாணமுழுதுங் கொண்டாடும் பிறீமன்துரை. ஐவேர்ஸ்துரையும் லூயிஸ்துரையும் தங்கடமைகளைக் குறைவற நடாத்திவந்தனர். பிறைஸ்துரை சனங்களோடு கலந்து அவர்களுடைய குறைமுறைகளைக் கேட்டாராயும் லளிதகுணமில்லாது தங்கடமையைமாத்திரம் தம்புத்திக் கெட்டியபடி பார்க்கும் கண்டிதகுணமுடையவராதலின் யாழ்ப்பாணத்தாருக்கு உவப்புடையராய் விளங்கவில்லை. இவருக்குப்பின் வந்த பிறீமன்துரை சனங்களுடைய குறைமுறைகளை நாடியறிந்து அவைகளைத் தீர்க்குந் தயாளகுணம் வாய்ந்தவர். வறியவர்களைக் கண்டால் அவருக்குப் பொருளுதவும் பெருங்கரு

ஐவேர்ஸ், பிஷர், லூயிஸ், பிறைஸ் துரைகள்.

பிறீமன் துரை.

னையுடையவர். யாழ்ப்பாணத்துப் புகையிலைக்குத் திருவனந்தபுரத்திலே கண்டி 1 க்கு ரூபா 90 ஆக விருந்த தீர்வை 1910 ம் ஹூ இந்திய ராச்சாங்கத்தாரால் ரூபா 900 ஆகவுயர்த்தப்பட்டது அது கேட்டவுடன் யாழ்ப்பாணம் "இனி நம்புகையிலை திருவனந்தபுரத்தில் விலையாகாதே! யாதுசெய்வோம்! ஊணும் உடையுந் தந்தெம்மைக் காக்குஞ் சீவரத்தினம் திருவனந்தபுரஞ் செல்லும் புகையிலையன்றோ" என்றரற்றியழுவதாயிற்று. அது கேட்ட பிறீமன்துரை மனம்பதைத்து உத்தமதேசாதிபதியாகிய (Sir H. E. McCallum) மக்கலம் அவர்களுக்கு ஊர்நிலையைத் தாமும் விண்ணப்பஞ்செய்து சனங்களையும் விண்ணப்பஞ் செய்யுமாறு தூண்டினர். அதுகேட்ட தேசாதிபதி மகாமந்திரியாருக்கு யாழ்ப்பாணநிலையைக் குறித்து நிருபம் போக்கினர். யாழ்ப்பாணவாசிகளும் தேசாதிபதிக்கு விண்ணப்பஞ் செய்தனர். தேசாதிபதி பின்னருந் தந்திமூலமாக மகாமந்திரியாரோடு வாதாடி அத்தீர்வையைப் பழமைபோல ரூபா 90 ஆக்குவித்தனர். அதுகேட்டு யாழ்ப்பாணவாசிகள் ஆநந்தக்கூத்தாடிப் பிறீமன் துரையையும் தேசாதிபதியையும் நெஞ்சாரவாழ்த்தினர். போற்றினர். இன்னும் போற்றுவர். என்றும்போற்றுவர். இத்தேசாதிபதியே தமிழர்க்குள்ள ஒரு பிரதிநிதியோடு இன்னுமொரு பிரதிநிதியையும் சிங்களர்க்கு மேலுமொருபிரதிநிதியையும், இலங்கைவாசிகளுக்குத் தெரிவுப்பிரதிநிதியாக ஒருவரையும் வைத்தல்வேண்டுமென மகாமந்திரியாருக்கெழுதி அநுமதிபெற்றவர். அவ்வாறே இப்போது சட்டநிரூபணசபையில் தமிழர் பிரதிநிதியாக இருவரும் இலங்கைவாசிகள் பிரதிநிதியாக ஒருவரும் இருக்கின்றார்கள். தமிழர் பிரதிநிதியாகவிருப்பவர்கள் கௌரவ அ.கனகசபையும் கௌரவ க.பாலசிங்கமுமாவர். பிந்தியவருடைய பதத்திலிருந்தவர் இறந்துபோன கௌரவ திசைவீரசிங்கம் என்பவர்.

புகையிலைத்தீர்வை.

தேசாதிபதிமக்கலம்.

பிரதிநிதிகள் தொகையைக்கூட்டியது.

இலங்கைவாசிகள் தெரிவுப்பிரதிநிதியாக விற்றிருப்பவர், இலங்கை, இந்தியா, இங்கிலந்து, அமெரிக்கா தேசங்களிலே தமது புகழ் நிறுவிய பிரசண்டவாக்கியும் சபாரஞ்சித சிங்கமும் தத்துவஞானியும் பிரபுசிகாமணியுமாகிய கௌரவ பொ. ராமநாதன். இப்புருஷோத்தமரை அறியாதார்யார்! இவர் யாழ்ப்பாணத்துப் பெண்மக்களுக்கு உயர்தரக் கல்வி பயிற்றும்பொருட்டு மருதனார் மடத்தடியிலே இலக்ஷக்கணக்கான பெருநிதி செலவிட்டு அமைத்த கலாசாலைத் தருமத்துக்கு இணைகூறவும்போமோ! அத்துணையலங்கார விஸ்தாரமாளிகை நாமெங்கும் கண்டதில்லை. இத்துணைப் பரோபகார தாதாவைக் கண்டதுங் கேட்டதுமில்லை. இக்கைமாறு கருதாப் பரோபகாரம் யாழ்ப்பாணவாசிகளால் என்றுமினும் மறக்கற்பாலதன்று.

ராமநாதன்கலாசாலை.

பிறீமன்துரை சனங்களிடத்திலே மிக்க அன்பும் இரக்கமுமுடையர். நல்வழியிலே நடக்கும்படி சனங்களுக்குப் புத்தி கூறுவர். பயிர்த்தொழிலை விருத்திபண்ணும்படி தூண்டுவர். மழை வேண்டுமானால் நல்லொழுக்கமும் தெய்வபத்தியுமுடையவர்களாய் நடவுங்கள். உங்கள் கோயில்களைச் செவ்வே நடத்திவாருங்கள். கோயில்களை அழியவிடாதிருங்கள் என்றிவ்வாறு புத்தி கூறுவர். யாவரோடும் மலர்ந்த முகத்தோடுமே பேசுவர்.

பிறீமன்துரைஇயல்பு.

> "காட்சிக்கெளியன் கடுஞ்சொல்லனல்லனேன்
> மீக்கூறுமன்னனிலம்."

என்னுங் குறளுக்கிலக்கியமாயினார் இவர் ஒருவரே. இவருக்குப்பின்னர் வானும் கம்பர்லண்டும் வெஸ்டிங் என்பவரும், சிறிதுசிறிது காலம் ஏசண்டாகவிருந்தனர். இப்போது ஏசண்டாகவிருப்பவர் ஹார்ஷ்பரோ (B. Horsburgh) என்பவர். இவர் தமிழிலும் பாண்டித்தியமுடையவர். சாந்தமும் நீதியுமுடையவர். அதுநிற்க,

பூர்வநிலையையுந் தற்காலநிலையையும் ஆராய்வாம். ஆதியில் யாழ்ப்பாடியும் தமிழரசரும் நல்லொழுக்கமும் நற்குடிப்பிறப்புமுடையரையே தெரிந்தெடுத்து வந்து யாழ்ப்பாணத்திற் குடியேற்றினார்கள். பெருங்குடிகளெல்லாம் தொண்டைநாட்டினின்றும் வந்தவர்கள். தொண்டைநாடு சான்றோருடைத்து என்பது ஔவைவாக்கு. தொண்டைநாட்டுக்குரியதாகிய அப்பெருங்குணம் அந்நிய அரசும் அந்நிய சமயமும் வந்து தாக்கித் தேய்த்தும் முற்றாய்த் தேய்ந்துபோகாது இன்னும் விளக்கமாயிருப்பது பிரத்தியக்ஷம். தாம் வறியராயிருப்பினும் தம்மிடத்துவரும் அகதி பரதேசிகளுக்கு இயன்றதைக்கொடுத்துண்ணும் குணம் யாழ்ப்பாணத்தாருக்கு இயல்பாயிருப்பது அவர் தம் பழைய பெருங்குடியியல்பன்றோ. ஆதியில் வந்து குடியேறிய பெருங்குடிகளெல்லாம் கல்வியும் செல்வமும் ஈகையும் ஆண்மையும் மெய்யுரையுமுடையர்கள். அவ்வடிப்பட்ட இயல்புபற்றியே யாழ்ப்பாணத்தார் விவேகமும் கல்விவிருப்பமுமுடையராய் இன்றும் விளங்குகின்றார்கள். ஆண்மைக்குணம் இன்னுமிருக்கின்றது. மெய்யுரையும் முழுதுங் குன்றவில்லை. பறங்கிக்காரரும் ஒல்லாந்தரும் அரசுசெய்த இருநூறுவருஷகாலமும் தமது சமயத்திற் பிரவேசிக்கும்படி பெருந்துன்பங்கள் செய்து குடிகளை வருத்தினர். அதற்காற்றாது அச்சமயத்தைக் கைக்கொண்டார்போலப் புறத்தே நடித்தும் அகத்தே சைவசமயிகளாயேயிருந்தார்கள். பறங்கிக்காரரும் ஒல்லாந்தரும் தமது சமயத்தின்மேற்கொண்ட பேரபிமானம்பற்றி மற்றைச்சசமய ஆலயங்களையும் சமயநூல்களையும் கல்விநூல்களையும் எரியூட்டியழித்தார்கள். அழித்தும் நம்முன்னோர்கள் சைவத்திலும் சமயநூல்களிலும் கல்விநூல்களிலும் வைத்த அசையாப் பேரன்பினாலே அவற்றை இரகசியத்திற் பாதுகாத்து வந்தனர். அங்ஙனம் அவர்கள் பாதுகாத்து வையாதிரு

யாழ்ப்பாணத்தார்இயல்பு.

ப்பரேல் யாழ்ப்பாணம் சைவமணமும் தமிழ்க்கல்வியும் சிறிதுமில்லாத நாடாயிருக்கும்.

கல்வி தெய்வ பத்தி.

தமிழரசர்காலத்திலே தமிழ்ச்சங்கமும் அச்சங்கத்தொடர்புடையனவாய் ஊர்கள்தோறும் வித்தியாசாலைகளுமிருந்தன. சைவாலயங்களுக்கு நிலங்களும் வேண்டும் பொருள்களுமிருந்தன. உரியகாலங்களிலே நித்தியநைமித்திகங்கள் நடந்துவந்தன. குடிகளிடத்திலே ஆறிலொருகடமை கொள்ளப்பட்டுவந்தது. நெல்விளைவு முதலிய பயிர்த்தொழில்களுக்கு வேண்டிய நீர்நிலைகள் பாய்கால் வடிகால்கள் முதலியன அரசரால் அமைத்தும் காலந்தோறும் திருத்தியுங் கொடுக்கப்பட்டுவந்தன. அக்காலத்திலே மன்னார் மாதோட்டம் முதலிய பகுதிகளும் யாழ்ப்பாணவரசுக் குட்பட்டிருந்தமையால் யாழ்ப்பாணத்துக்கு நெல்லினாற் குறைவில்லாதிருந்தது. மாதோட்டத்தில் இரண்டாயிரஞ் சாலியர் நெய்தனரென்றால் வஸ்திரத்தொழில் எவ்வளவு என்பது சொல்லவும் வேண்டுமோ.

தொழில்

ஊரிலே கள்வர்பயமென்பது அந்நாளிலே சிறிதுமில்லை. ஊருக்கு ஒவ்வொரு தலையாரியாக ஊர்கள்தோறும் தலையாரிமாரை அக்காலத்தில் வைத்திருந்தார்கள். ஊரிலே களவுபோகுமிடத்து அத்தலையாரிமாரே உத்தரவாதிகளாயுள்ளார். ஆதலால் அக்காலத்திலே கள்வர் பயமில்லை. அதுவுமன்றிக் களவுசெய்வாருக்குத் தேசத்தை விட்டகற்றல் கைவாங்குதல்முதலிய கொடிய தண்டங்களுமிருந்தன. அவ்வச்சாதியாரும் தத்தம் தொழிலையும் வரிசைகளையும் தவறாமற் கைக்கொண்டொழுகி வந்தார்கள். ஆகவே ஊரிலேசமாதானமும் ஒற்றுமையுமிருந்தது.

அரசியல்

அவ்வச்சாதியாருக்கும் அவ்வவ்வூரிலே ஒவ்வொரு நாட்டாண்மையுடையருமிருந்து தத்தம் சாதியாளருக்குள்ளே வரும் வேறுபாடுகளைத் தீர்த்தடக்கி

வந்தார்கள். அவரால் தீராத வழக்குக்களை ஊர்தோறுமுள்ள பஞ்சாயத்தார் முன்னிலையிலே தீர்த்துக்கொள்வர். அவர்க்குந் தீர்த்தற்கரிதாய் வரும் வழக்குக்களை இராசசபைக்கு விடுவர். இக்காலம் போல அக்காலத்திலே பிறக்டர் அட்வொக்கேற் என்னு நியாயவாதிகளில்லை. பொருட்செலவுமில்லை. ஒருவழக்குக்காக நெடுங்காலந் தந்தொழிலையும் கைப்பொருளையுஞ் செலவிட்டு அலையவேண்டியதுமில்லை.

அந்தக்காலத்திலே வண்டி குதிரைகள் ஊர்களில் கிடையா. செல்வரும் அதிகாரிகளும் பல்லக்கிற்போய் வருவர். பாரம் ஏற்றிப்போதற்கு மாத்திரம் வண்டிகள் ஊர்கள்தோறுமிருந்தன. அக்காலத்திலே குதிரைமீதும் யானைமீதும் ஏறிச் செல்பவர் பிரபுக்களும் அரசரும் படைவீரருமேயாவர். பண்டங்களைக்கொண்டு செல்வதற்குப் பொதிமாடுகளுமிருந்தன. வண்ணார் வஸ்திரப்பொதிகளைச் சுமந்து செல்லுதற்குக் கழுதைகளும் வைத்திருந்தார்கள்.

வாகனங்கள்.

தமிழரசர்காலத்திலேயிருந்த நாகரிகமும் வேறு, இப்போதுள்ள நாகரிகமும்வேறு. அக்காலத்திலே குடிகளுக்கு வேண்டிய போக்கியப்பொருள்கள் மிகச்சிலவே. அன்னவஸ்திரம் வீடு மாடு பணம் விளைநிலம் குரு கோயில் இவ்வளவுமிருந்தாற்போதும். இப்போதுள்ளார்க்கு அலங்காரமாளிகையும், வர்ணப்பட்டாடைகளும், தூங்குமஞ்சங்களும், சித்திராலங்காரரதங்களும், கண்ணாடிவிளக்குக்களும், பளிக்குப்பாத்திரங்களும், காலுக்கு விநோதமான பாதரட்சைகளும், கைக்கு விலையுயர்ந்தகோலும் குடையும், உடம்புக்குச் சிறந்த சட்டைகளும், அதற்குப் பூட்டப் பொன்னினாலே தறிகளும், கடிகாரச் சங்கிலிகளும், புகைச்சுருட்டுக்கும் பொடிக்கும் வெள்ளிப்பரணிகளுமாக இன்னோரன்ன எண்ணிறந்த போக்கிய

புதியநாகரிகம்.

பொருள்கள் வேண்டும். அக்காலத்துள்ளார் பசியைத்தணித்து நல்ல புஷ்டியைத் தரும் சாதாரணவுணவுகளையே நாடிச் சிறுவர் முப்போதும் ஏனையோர் இருபோதுமாக உண்டுவந்தார்கள். இடையிலே அக்காலத்தில் உண்ணும் வழக்கமும் உண்ண நேரமும் காண்பதரிது. பதினறு வயசுக்கு மேற்பட்டோரெல்லாந் தந்தொழில்மேற்சென்று போசன காலத்துக்கே மீள்வர். விவாகம் பெரும்பாலும் இருபத்துநான்கு வயசளவிலேயே செய்வர். பெண்களும் பெரும்பாலும் பதினறளவிலேயேசெய்வர். சீதனத்துக்கு அக்காலத்தில் மல்லாடுவதில்லை. தத்தம் இனத்தைவிட்டுப் பிரிந்துபோவதில்லை. பெரும்பாலும் சுகதேகிகளாய்ச் சந்ததியுடையராய் ஆண்மை சத்தியம் நல்லொழுக்கமுடையராய் வாழ்ந்தார்கள். தானதருமமும் ஈசுரபக்தியுமுடையராயிருந்தார்கள். அக்காலத்திலே வியபிசாரம் மதுபானம் சூதாடல் குடும்பத்துக்குத் தீராத வசைத்தொழிலாம். விரதங்கள் சிவாலயவழிபாடு புண்ணியசரித்திரங்கேட்டல் குருவிசுவாசம் இவையெல்லாம் கிரமமாகக் கைக்கொள்ளப்பட்டுவந்தன. இவற்றல் நன்மழை பொழிந்தது. ஊரிலே நோய்கள் குறைவாயிருந்தன.

பழைய நாகரிகம்

அக்காலத்திலே நம்மவர்க்கு மேலடுக்குமாளிகைகள் இல்லாதிருக்கவில்லை. உந்நத கோபுரங்களில்லாதிருக்கவில்லை. சிறந்த வீதிகளில்லாதிருக்கவில்லை. சிறந்த நகரங்களில்லாதிருக்கவில்லை. நகரத்துவீதிகள் சுத்தியில்லாதிருக்கவில்லை. வீதிகளிலே காவலில்லாதிருக்கவில்லை. (Obeyesekere's History of Ceylon.)

அக்காலத்திலே பிள்ளைக்குத் தாயே மூன்றுவருஷத்துக்குக் குறையாமற் பாலூட்டி வருவாள். அதனல் பிள்ளை நோய்கொள்ளாது சரீரகாந்தியும் பலமுமுடையதாய் வளரும். ஐந்தாம்வயசிற் பிள்ளையைப் பள்ளிக்கூடத்தில் வைப்பர். பதினறுவயசுவ

பூர்வவழக்கம்.

ரையும் கல்வி கற்பிப்பர். அதன்மேலே தத்தமக்குரிய தொழிலை மேற்கொள்ளுவிப்பர். இருபத்துநான்களவில் விவாகஞ் செய்விப்பர். அதுமுதலாக அவன் இல்லறத்தை நடத்துவன். தாய் தந்தையரைப் பய பக்தியோடு பாதுகாத்து வருவன். அவர்க்குரிய கடன்களையெல்லாம் தப்பாது செய்வன். அக்காலத்தார் நூறுவயசுக்குமேல் வாழ்ந்தார்கள் எனப் பிளினி (Pliny) கூறுவர். (Obeyesekere's History of Ceylon, page 53.) இக்காலம் நம்மவர்களுள்ளே மேலைத்தேசநாகரிம்பெற்றவர்கள் தமது பிள்ளைகளுக்குக்கடவுள் கொடுத்த பாலையுங் கொடாது சீமைப்பாலைக் கொடுத்து வளர்ப்பதோடு வருஷத்துக்கொரு பிள்ளையீன்று தாமும் சரீரபலமற்று அப்பிள்ளைகளையுந் துர்ப்பலப்படுத்தி வருகிறார்கள். இப்பிள்ளைகளால் தேசமுய்வதெப்படி! இப்பிள்ளைகள் தாய்தந்தையரிடத்திலே பற்றுடையராயிருப்ப தெப்படி? தாயினதுபாலை யருந்தாத பிள்ளைக்குத் தாயினிடத்திலே பற்றுவருவதெப்படி?

சரீரம் பலத்து ஆண்மையுடையராவதெப்படி? சங்கிலி பறங்கிகளோடு யுத்தஞ்செய்தகாலத்திலிருந்த போர்வீரரெல்லாம் பெரும்பாலும் யாழ்ப்பாணத்து வீரரன்றோ. அவர்கள் போராண்மையில் மிக்க வல்லவர்களெனப் பறங்கிக்காரரே புகழ்ந்திருக்கின்றார்கள். பறங்கிகள் வெற்றி அவர் வீரத்திறலால் பெற்றதொன்றன்று. காக்கைவன்னியன் சூதாற்பெற்றதன்றோ. இலங்கைமுழுதையும் வெற்றிகொண்டு சிங்களவரசரிடம் திறைகொண்ட யாழ்ப்பாணத்தரசனுக்கு வெற்றி கொடுத்தவர் யாழ்ப்பாணத்துப் போர்வீரரன்றோ. அவ்வீரர்வழியில் வந்த மக்களெல்லாம ஆண்மையும் சரீரகாந்தியுமில்லாத துர்ப்பல ஜாதியாயிருப்பதற்குக் காரணம் பறங்கிகளதும் ஒல்லாந்தரதுங் கொடுங்கோலின்கீழ்க் கிடந்து நெடுங்காலமரைபட்டுச் சுவாதீனமிழந்து மெலிந்தமையேயாம்.

யாழ்ப்பாணத்தார்வீரம்.

தற்கால துர்ப்பலம்.

பறங்கிக்காரரும் ஒல்லாந்தரும் வந்து யாழ்ப்பாணத்தைக் கைக்கொண்டு கொடிய வரிகளாலும், சிறைத்தண்டத்தாலும், கொலையாலும், அடியாலும், கொள்ளையாலும் இருநூறுவருஷகாலமாக வாட்டியதால், குடிகளெல்லாம் உள்ளத்தாலும் ஒழுக்கத்தாலும் உடம்பாலுந் தளர்ந்து, மெலிந்து, ஆங்கிலவரசுவந்தபின்னர்த் தழைப்பாராயினர். தழைத்தும் தமது பழைய நாகரிகத்தைத் தொடரவறியாது ஒல்லாந்தர் காட்டிய வழிவழியே சென்று, மேலைத்தேச நாகரிகத்திற் கொள்ளவேண்டியதைமாத்திரங் கொள்ளாது, முற்றுங் கொள்ளத் தொடங்கித் தமது பூர்வநன்னிலையைக் கைவிடுகின்றனர். பூர்வநன்னிலையை நோக்கித் திரும்புமிடத்தன்றி நம்மவர் உலகில் ஒரு சனமாக மதிக்கப்படமாட்டார். உணவும்உடையும் மற்றைய போக்கியப்பொருள்களும் நமது தேசத்திலேயே பூர்வம் மலிந்து கிடந்தன. அக்காலத்தில் நம்மரசும் நம்தேசமுமாயிருந்தன. இக்காலத்தில் உணவுக்கும் உடைக்கும் மற்றைய போக்கியப் பொருளுக்கும் அந்நியதேசத்தையே நோக்கியிருக்கின்றோம். அவையெல்லாம் நமது தேசத்தில் முன்போல விருத்தியாகுங்காலமே நாமுண்மையான நாகரிகமுடையராவோம். அதுகாறும் நாமடைந்திருக்கும் நாகரிகம் மெய்ம்மையான நாகரிகமாகாது. போலிநாகரிகமேயாம்.

உண்மை நாகரிகம்

ஒல்லாந்தவரசு பறங்கியரசுகளில் நமக்குக் கனவிலும் சுயாதீனங்கிடைக்கவில்லை. ஆங்கிலவரசில் நமக்குக்கிடைத்திருக்கும் சுயாதீனம் எத்துணைப்பெரிது. அதுபோல ஒருகாலத்தும் வாய்க்காது. இவ்வரசுபோலும் தருமராச்சியம் உலகத்தில் இல்லை. நாம் நன்னிலையை அடையவேண்டுமென்பது நம்மையாளும் மகாகாருண்ணிய மகிமைவது ஐந்தாம் ஜார்ச்சு வேந்தர் விருப்பு. நாம் பயிர்த்தொழில் கைத்தொழில்களை நன்றாக அபிவிருத்திபண்ணுதல் வேண்டும்.

சுயாதீனம்.

அதுசெய்யாதவிடத்து நமது தேசம் செல்வம்பொருந்திய தேசமாய் விளங்காது. கல்விக்கழகங்களை நம்பொருட்டு அரசினர் தாபித்தும், தாபிப்போருக்குப் பொருளுதவிபுரிந்தும், கல்வியிலே மிக்க சித்தியுற்றுச் சீமைக்குச் சென்று கற்க விரும்பும் மாணுக்கருக்குப் பொருளுபகாரஞ்செய்தும், அவ்வாறுசென்று கற்றுச் சித்தியுற்றூர்க்கு நல்லுத்தியோகங்கள் கொடுத்தும், உயர்தர இராசரீக சேவைக்குக் கற்று வல்லுநராய் வந்தவருக்கு ஆங்கிலேயர் பெறுதற்குரியபதங்களைப் பேதம்பாராது கொடுத்தும் வருகின்றூர்கள். உயர்தர இராசரீகபதம் பெற்றுச் சட்டநிரூபணசபையிலும் சட்டநிறைவேற்றச்சபையிலும் அங்கத்தவராகிவிளங்கிய தமிழ்ப்பெருந்தகை கௌரவ Sir பொ. அருணசலம். இவரே தமிழருள்ளே இப்பெரும்பதம் பெற்றவர். இவர் ஆங்கிலக்கல்வியிலும் சீமையில் (M. A,) எம். ஏ. பட்டம் பெற்றவர். ஆங்கில வரசின் நன்மை.

நம்மவர்க்குப் பரோபகாரகுணம் பண்டுதொட்டது. தமிழரசர்காலத்திலே அவ்வவ்வூரிலேயுள்ள பிரபுக்களால் ஆங்காங்கும் கோயில்களும் குளங்களும் கேணிகளும் தருமமடங்களும் அமைக்கப்பட்டன. சிதம்பரம் இராமேச்சரம் முதலிய ஸ்தலங்களுக்கு நிலங்கள் விட்டிருக்கின்றனர். இந்தியாவிலும் அநேக சத்திரங்கள் கட்டினர். மனப்புலிமுதலியார் சத்திரமெனக் கோடிக்கரையிலுள்ளது யாழ்ப்பாணத்தாரால் அமைக்கப்பட்டது. பூர்வம் காசிபரியந்தம் இடையிடையே பல சத்திரங்கள் யாழ்ப்பாணத்தாராற் கட்டப்பட்டன. அவற்றுக்கு மூலதனங்களும் வைக்கப்பட்டன. அவற்றை அங்கு வைக்கப்பட்ட தருமகர்த்தர்களினது சந்ததியார் பரிபாலியாது அழியவிட்டனர். கயாவிலே நாராயணகட்டமென்பது யாழ்ப்பாணத்து வீரநாராயண முதலியாராற் கட்டப்பட்டதென்பர். இத்தகைய பரோபகாரகுணம் இருநூறு வருஷம் பறங்கிக்கார பரோபகாரம்.

ருக்கும் ஒல்லாந்தருக்கும் கீழேகிடந்து அரையுண்டும் அடியற்றுப்போகாதிருந்து ஆங்கிலேயவரசின் றண்ணியநிழலிலே தழைத்து விளங்குகின்றது. கீரிமலையில் இப்போது அநேக சத்திரங்கள் பலராலும் கட்டப்பட்டிருக்கின்றன. அவற்றுள் விசேடமானது கதிர்வேற்சுருப்பர் சத்திரம். அடுத்தபடியிலுள்ளது சித்தங்கேணி வைத்தியலிங்கம் சத்திரம். அடுத்தது தொல்புரம் கிருஷ்ணபிள்ளை சத்திரம். இவர்கள் பரோபகாரம் மிகவும் பாராட்டப்படத்தக்கது.

சத்திரங்கள்.

யாழ்ப்பாணத்துச் சைவமாணுக்கர் கத்தோலிக்ககல்லூரியிலும் சுண்டிக்குழிக்கல்லூரியிலும் வட்டுக்கோட்டைக் கல்லூரியிலும் வேம்படிக்கல்லூரியிலும்சென்று தஞ்சமயசுவாதீனமின்றிக் கற்றுவந்தனர். கத்தோலிக்ககல்லூரிமாத்திரம் சைவமாணுக்கரைச்சமயவிஷயத்தில் மனமடிவின்றி நடாத்திவந்தது. சைவசமயிகளுடையபுத்திரருக்குஓராங்கிலக்கல்லூரியில்லாதிருப்பது பெருங்குறையெனக்கண்டு ஆறுமுகநாவலரால் ஓராங்கிலவித்தியாசாலை தாபிக்கப்பட்டது. அவ்வித்தியாசாலைக்குப் போதிய மூலதனஞ்சேராமையால் அது வீழ்வதாயிற்று. சிலகாலத்தின்பின்னர் அட்வகேட் நாகலிங்கம் என்னும் பெருந்தகையால் இந்துக்கல்லூரி தாபிக்கப்பட்டது. அவருக்குப்பின்னர் அதனை இப்போதுள்ள நன்னிலைக்குக் கொணர்ந்தவர் பிரக்டர் வி. காசிப்பிள்ளையென்னும் பரோபகார சீலர். இக்கல்லூரியை மாத்திரமன்று இன்னும் பல வித்தியாசாலைகளைத் தமது கைப்பொருள்கொண்டு தாபித்தும் நடத்தியும் வருகின்றார். இவருடைய வித்தியாபிமானமும் உண்மைப் பரோபகார விருப்பும் அறியாதார் யார்! இவரே சித்திவிநாயகராலயத்தைப் பெருந்தொகைப் பொருள் செலவிட்டுக் கற்றிருப்பணியாகக் கட்டுவிப்பவர்.

இந்துக்கல்லூரி ஸ்தாபனமானபின்னர் ஆங்காங்குஞ் சைவாங்கிலபாடசாலைகள்தோன்றி நடைபெறுகின்றன. மானிப்பாய் இந்துக்கல்லூரி சீமைத்தரவர் வே. சங்கரப்பிள்ளை என்னும் புண்ணியசீலரால் பெரும்பாலும் தமது கைப்பொருள்கொண்டு தாபிக்கப்பட்டது. அதுவுஞ் செவ்வேநடந்துவருகின்றது.

தமிழரசர்காலத்திலே வேளாளருக்கு ராயன் அதிராயன முதலி என்னும் வரிசைப்பட்டப்பெயர் சூட்டப்பட்டன. பறங்கிக்காரர்காலத்திலே ராயன் அதிராயன் என்னும் பட்டங்களைக் கொடுக்கின் ராசாவென்றெண்ணப்படுவார்களெனத் தள்ளித் தங்கள் பாஷைக்குரிய தொன் என்பதை முதலியென்பதோடு சேர்த்துச் சிலருக்குச் சூட்டினார்கள். பின்னர் அப்பட்டங்களை விலைக்குப் பலசாதிகளுக்கும் விற்று அதனாற் பொருளீட்டினார்கள். ஒல்லாந்தரும் அவ்வாறே பட்டங்களை விற்றுப் பொருளீட்டினர். பட்டங்கள்.

இப்போது நம் ஆங்கிலவரசினர் கல்வியாலும் பரோபகாரத்தினாலும் இராசவிசுவாசத்தினாலும் நல்லொழுக்கத்தினாலும் சிறந்தவர்களுக்கு நைட்பட்டம், சி. எம். ஜி. பட்டம், அதிகாரபட்டம், இராசவாயில் முதலியார்ப்பட்டம், முதலியார்ப்பட்டம், சமாதானநீதிபதிபட்டமுதலியன சூட்டிவருகின்றார்கள். இப்பட்டங்கள் பறங்கிக்காரரும் ஒல்லாந்தரும் விற்ற விலைப்பட்டங்கள் போன்றனவல்ல. பாத்திரமறிந்தளிக்கும் பட்டங்களாம். நைட்பட்டம் அதிராயன் என்னும் பட்டத்துக்குச் சமமானது. சி. எம். ஜி. பட்டம் ராயன் என்பதற்கு நிகரானது. நம்மவருள்ளே முதன்முதல் நைட்பட்டம் பெற்றவர் (சேர்) குமாரசுவாமி. சி. எம். ஜி. பட்டம் பெற்றவர் கௌரவ பொ. ராமநாதன். அதிகாரபட்டம்பெற்றவர் யாழ்ப்பாணம் தலைமைமணியம்தம்பாபிள்ளை. முதலியார்ப்பட்டம் பெற்றிருப்பவர் கச்சேரிச் சரு

ப்பு * உயரப்புலம் சின்னையாமுதலியார், இலங்கை நாயகமுதலியார், சபாரத்தினமுதலியார் முதலியோர். முதலியார்ப்பட்டத்தோடு சமாதான நீதிபதிப்பட்டம்பெற்றவர் நுவரஎலியாவிற் பிரபல்லியரா யிருக்கும்நாகநாதமுதலியார், T. C. சங்கரப்பிள்ளை, M. தம்பு, C. நமசிவாயம் முதலியோர். இந்தியாவிற் பஞ்சம் புகுந்தபோது அதன் நிவிர்த்திக்காகப் பெரும்பொருள் சேகரித்தனுப்பிய பரோபகார சீலராகிய இந்நாகநாதமுதலியார், மேல்நாட்டிற் பிரபலமுற்றிருந்த சாவணமுத்துமுதலியார் சண்முகநாத முதலியார் வழித்தோன்றல். சமாதான நீதிபதியோடு கௌரவ தண்டாதிகாரபட்டமும் பெற்றுவிளங்கிய கோப்பாய் மயில்வாகனத்துக்கு இவர் மருகர். இராசவாயில் முதலியார்ப்பட்டம் பெற்றிருப்பவர் பரம்பரைப் பண்டிதராகிய சிற். கைலாசபிள்ளை. இவர் மனப்புலிமுதலியார் வழித்தோன்றல்.

யாழ்ப்பாணத்தார் எத்தேசத்திற் சென்றிருந்தாலும் அங்கங்கெல்லாம் பிரபலமுற்று விளங்கும் இயல்புடையர். மலையாளத்திலே மகாநீதிபதியாயிருந்த செல்லப்பாபிள்ளை யாழ்ப்பாணமாதீன்ற புத்திரரத்தினங்களுள் ஒருவர் என்பதும் வண்ணார்பண்ணையிற் பிரசித்தியுற்ற குடியிலுள்ளவர் என்பதும் யாவருமறிவர். அரியநாயகம்பிள்ளை, சவுந்தரநாயகம்பிள்ளை, சரவணமுத்துப்பிள்ளை, ராய்பகதூர் முருகேசபிள்ளை, ராய்பகதூர் வில்லியம்ஸ்பிள்ளை, J. ஹென்ஸ்மன் இவர்கள் இந்தியாவிற் படை

* இணையிலியில் ஆதியிற் குடிகொண்ட வேளாளர் சந்ததியார் தமது விளைநிலத்துக்குச் சமீபமாக வசிக்குநோக்கமாகச் சென்றிருந்த கிராமம் உயர்வுப்புலமெனப்பட்டு இப்போது உயரப்புலமென வழங்குகின்றது. ஆனைக்கோட்டைக்குப் பூர்வநாமம் இதுவே. மானிப்பாய்க்குப் பூர்வநாமம் பெரியபுலம். சுன்னாகத்துக்குப் பூர்வநாமம் மயிலணி. சண்டிருப்பாய்க்குக் கல்வளை.

த்த கீர்த்தியை அறியாதார் யார். இவர்களும் யாழ்ப்பாணத்து இரத்தினங்களன்றோ. சீமையிலிருந்துகொண்டு இலங்கை இந்தியாவின் பழைய சித்திரவிநோதக் கைத்தொழிலை அபிவிருத்திபண்ணும்பொருட்டு அநேக விஷயங்களும், இந்தியாவிஷயமாக அநேக வாதங்களும் எழுதிவரும் ஆனந்த குமாரசுவாமி யாழ்ப்பாணத் தொடர்புடையரன்றோ. இன்னும் சிங்கப்பூர்ப்பகுதி முதலிய தூரதேசங்களிலே சென்றிருந்து யாழ்ப்பாணமாதை விளக்கும் புத்திரரத்தினங்கள் எத்தனையோபலர்.

இவ்வாறாகக் காடுகொண்டு நாடுவாரற்று நெடுங்காலங்கிடந்த இந்நாட்டை, ஓரந்தகன்தான்செய்த நன்முயற்சியாற் பரிசாகப்பெற்றுக் குடியேற்றித் திருத்திச் சிறந்தநாடாக்கி, அதிலே நல்லரணையுடைய நகரமைத்து இராசதானியாக்கி, வேற்றரசரும் வணங்கப் பன்னூறுவருஷம் அரசுநிலையிட்டுத் தன்பெயரை உலகுள்ளவரைக்கும் அழியாது வைத்ததும், அங்ஙனம் வாய்த்த பெருமையால் தருக்குற்ற குடிகளும் அரசும் தமது அறநெறிகடந்து தாமசகுணத்தை மேற்கொண்ட கன்மத்தால் வேற்றரசர் கைப்பட்டுத் துன்புற்று வருந்தியதும், பழையநல்வினைவிசேடத்தால் ஆங்கிலவரசு வந்து நமக்கு அபயந்தந்து செங்கோல் நடாத்துவதும், அதனால் நாம் பழைய சுவாதீனம் பெற்றுத் தழைத்துவருவதும் இச்சரித்திரத்தை வாசிப்போர் ஊன்றிச் சிந்திக்கத்தக்கன.

யாழ்ப்பாணமாதா மேன்மேலும் சிறப்புற்று நீடூழிவாழி. ஆங்கிலவரசும் மகாகாருண்ணிய மகிமாவது ஐந்தாம் ஜார்ச்சு வேந்தரும் நீடூழிவாழி.

யாழ்ப்பாணத்தின் பூமியமைப்பு.

Jaffna.
யாழ்ப்பாணம்.

மணல்—Sand.	கடல்—Sea.
நுரைக்கல்—Coral.	

சுண்ணக்கல்—Limestone.

பழையசுண்ணக்கல்—Old Limestone.

செம்பூரான்கல்—Laterite.

அடுக்குப்பார்—Gneiss.

கருங்கல்—Granite.

☞ கீரிமலை கடல்மட்டத்தின்மேல் 40 அடி உயரம்.
யாழ்ப்பாணம் பொதுவாகக் கடல்மட்டத்தின்மேல் 9 அடி உயரம்.

தொண்டைமண்டலத்திலிருந்துவந்த பெருங்குடிகள்.

	பெயர்.	ஊர்.	குடிகொண்டவிடம்.
1	பாண்டிமழவன்	பொன்பற்றியூர்	திருநெல்வேலி.
2.	சம்பகமழவன்	,,	,,
3.	நரசிங்கதேவன்	காவிரியூர்	மயிலிட்டி.
4.	சம்பகமாப்பாணன்	வாலிநகர்	தெல்லிப்பழை.
5.	சந்திரசேகரமாப்பாணன்	,,	,,
6.	கனகராயன்	,,	,,
7.	பேராயிரமுடையான்	கோவலூர்	இணையிலி (இணுவில்).
8.	நீலகண்டன்	கச்சூர்	பச்சிலைப்பள்ளி.
9.	வில்லவன்	,,	,,
10.	பதுமராயன்	,,	,,
11.	வேமன்னன்	,,	,,
12.	தேவமல்லன்	கீழ்க்கோட்டம்	கல்வளை
13.	பூதராயன்	களந்தை	மயிலணி.
14.	கனகமழவன்	சிகிரி	புலோலி.
15.	கூபகன்	கூவம்	தொல்புரம்.
16.	புண்ணியபூபாலன்	,,	,,
17.	தேவராயன்	புல்லூர்	கோயிலாக்கண்டி.
18.	மண்ணாடுகொண்டமுதலி	காஞ்சி	இருபாலை.
19.	தனிநாயகமுதலி	செய்யூர்	நெடுந்தீவு.
20.	பல்லவன்	காஞ்சி	வெளியூர்.
21.	காலிங்கராயன்	,,	கட்டோடை.
22.	மணிமார்பன்	,,	புத்தூர்.
23.	கோபாலராயன்	மேல்நத்தம்	கச்சாய்.
24.	இரகுநாதமாப்பாணன்	,,	பெரியபுலம்.
25.	நாராயணதேவன்	,,	காரைதீவு.
26.	அத்திமாப்பாணன்	கச்சூர்	பலாலி.
27.	மணவாளமுதலி	,,	வெளிநாடு.
28.	வீரநாராயணன்	காஞ்சி	மாதகல்.

	பெயர்.	ஊர்.	குடிகொண்டவிடம்.
26.	சேதிராயன்	காஞ்சி	மாதகல்
30.	செயராசசேகரமுதலி	,,	மாவிட்டபுரம்.
31.	விட்டதேவன்	,,	,,
32.	உலகுகாவலன்	,,	,,
33.	புண்ணியபூபன்	,,	,,
34.	விநாயகபூபன்	,,	,,
35.	வீரவரேந்திரன்	புல்லூர்	நல்லூர்.
36.	இராசவாதுங்கன்	மணலூர்	மாதோட்டம்.
37.	கனகசூரியன்	,,	மல்லாகம்.
38.	இராசசூரியன்	,,	,,

1790 ஹூ ல் தலைவரிக்காக எடுத்த 16 வயசு முதல் 70 வயசுக்குட்பட்ட ஆடவர் தொகை.

சாதி.	தொகை.	சாதி.	தொகை.
வேளாளர்	15170	வலையர்	7
பரதேசிகள்	1949	வர்ணகாரா	27
மடைப்பள்ளியார்	5528	வண்ணார்	857
மலையகத்தார்	1240	தந்தகாரர்	21
செட்டிகள்	1667	சாயக்காரர்	118
பிராமணர்	639	தச்சர்	536
சோனகர்	492	சேணியர்	100
தனக்காரர்	388	கைக்கோளர்	379
குறவர்	187	குயவர்	186
பரம்பர்	8	கடையற்காரர்	16
சிவியார்	660	குடிப்பள்ளர்	155
பள்ளிவிலி	196	சாயவேர்ப்பள்ளர்	53
செம்படவர்	14	தம்பேறுநளவர்	66
கடையர்	351	தம்பேறுப்பள்ளர்	91
பரவர்	34	துளிகாரப்பறையர்	7
ஒடாவி (சிங்கள)	1	பறங்கிஅடிமை	18
சான்றார்	137	கொல்லர்	407
கன்னார்	63	தவசிகள்	192
தட்டார்	337	அம்பட்டர்	510
யானைக்காரச்சான்றார்	70	கோவியர்	1429
கயிற்றுச்சான்றார்	36	தமிழ்வடசிறை	279
கரையார்	3009	நளவர்	2137
முக்கியர்	1159	பள்ளர்	1359
திமிலர்	576	பறையர்	767
கோட்டைவாயில்நளவர்	265	துரும்பர்	51
கோட்டைவாயிற்பள்ளர்	20	எண்ணெய்வணிகர்	2
மறவர்	49	சாயவேர்ப்பள்ளர்	367
பாணர்	7	சாயவேர்ப்பறையர்	208
வேட்டைக்காரர்	6	அர்ச்கோயில்பறையர்	3

1796 ல் யாழ்ப்பாணத்திலிருந்த சுதேசவுத்தியோகஸ்தர்கள்.

அமில்தார்.
துவிபாஷிகர்—கோவிந்தமுதலியார்.
பேஷகார்—கணேசஐயர்.
சம்பிரதி—அருணாசலபிள்ளை.
கணக்கப்பிள்ளை.
உலாந்தா துவிபாஷிகர்—ஓந்தாச்சி.
சேவகர்.
தோம்புக்கணக்கப்பிள்ளை—ராமலிங்கமுதலியார்.
கொத்தவால்—நிச்சிங்கமுதலியார்.
சருப்பு—விஜயரத்தினமுதலியார்.
குமாஸ்தாக்கள்.